വാട്ടർ ബോഡി

വെള്ളംകൊണ്ടുള്ള ആത്മകഥ

water body
vellam kondulla athmakadha
•
g r indugopan
•
first edition
january 2017
•
typesetting & published
chintha publishers, thiruvananthapuram
•

•
cover
midas
•

വിതരണം
ദേശാഭിമാനി ബുക്ക് ഹൗസ്
H O തിരുവനന്തപുരം-695 035
phone: 0471-2303026, 6063026
www. chinthapublishers. com
chinthapublishers@gmail. com

ബ്രാഞ്ചുകൾ
ഹെഡ്ഡാഫീസ് ബ്രാഞ്ച് കുന്നുകുഴി • സ്റ്റാച്യു തിരുവനന്തപുരം • കെ എസ് ആർ ടി സി ബസ് സ്റ്റേഷൻ ആലപ്പുഴ • കെ എസ് ആർ ടി സി ബസ് സ്റ്റേഷൻ എറണാകുളം • മച്ചിങ്ങൽ ലെയിൻ തൃശൂർ • ഐ ജി റോഡ് കോഴിക്കോട് • മാവൂർ റോഡ് കോഴിക്കോട് • എൻ ജി ഒ യൂണിയൻ ബിൽഡിങ് കണ്ണൂർ • സെൻട്രൽ ബസ് ടെർമിനൽ കോംപ്ലക്സ് താവക്കര കണ്ണൂർ

CO - 2434 /3989
ISBN -978-93-86364-03-6

വാട്ടർ ബോഡി

വെള്ളംകൊണ്ടുള്ള ആത്മകഥ

ജി ആർ ഇന്ദുഗോപൻ

ചിന്ത പബ്ലിഷേഴ്സ്
തിരുവനന്തപുരം-695 035

ജി ആർ ഇന്ദുഗോപൻ

1974 ഏപ്രിൽ 19 ന് കൊല്ലം ഇരവിപുരം വാളത്തുംഗലിൽ ജനനം. അച്ഛൻ: ടി ഗോപിനാഥപിള്ള. അമ്മ: രാധയമ്മ. 1995 മുതൽ പത്രപ്രവർത്തകൻ. *മലയാള മനോരമ* തിരുവനന്ത പുരം യൂണിറ്റിൽ ചീഫ് സബ് എഡിറ്റർ.

പുസ്തകങ്ങൾ: *ഭൂമിശ്മശാനം, കൊടിയടയാളം, മുതല ലായനി, ഐസ്, വെള്ളിമൂങ്ങ, മണൽ ജീവികൾ* (നോവൽ), കൊല്ല യാട്ടിദയ, *ഇരുട്ടുപത്രാധിപർ, അജയന്റെ അമ്മയെ കൊന്ന താര്, ജീവിതം ഛിൽ ഛിലേന്ന് ചിലങ്ക കെട്ടി, ബീജബാങ്കിലെ പെൺകുട്ടി, ഒറ്റക്കാലുള്ള പ്രേതം* (കഥകൾ), *കള്ളൻ മണിയൻപിള്ളയുടെ ആത്മകഥ, തസ്കരൻ ബാക്കിയെഴുതുന്നു* (ജീവചരിത്രം), *പ്രഭാകരൻ* അപസർപ്പക നോവൽ പരമ്പര-*ഡച്ച് ബംഗ്ലാവിലെ പ്രേതരഹസ്യം, രാത്രിയിൽ ഒരു സൈക്കിൾവാല, രക്തനിറമുള്ള ഓറഞ്ച്.* 2007 ലെ രണ്ട് സംസ്ഥാന ചലച്ചിത്ര പുരസ്കാരങ്ങൾ കരസ്ഥമാക്കിയ *ഒറ്റക്കൈയൻ* എന്ന ചലച്ചിത്രം എഴുതി സംവിധാനം ചെയ്തു. ഇതിന് മികച്ച നവാഗത സംവിധായകനുള്ള ജേസി ഫൗണ്ടേഷൻ പുരസ്കാരം. *ചിതറിയവൻ* എന്ന ചലച്ചിത്രത്തിന് തിരക്കഥയും *അപ്പ് ആന്റ് ഡൗൺ* എന്ന ചിത്രത്തിന് സംഭാഷണവുമെഴുതി. ആശാൻ പ്രൈസ്, അബുദാബി ശക്തി അവാർഡ്, കുങ്കുമം നോവൽ, കഥ പുരസ്കാരങ്ങൾ, കേരള സാഹിത്യ അക്കാദമിയുടെ ഗീതാ ഹിരണ്യൻ പുരസ്കാരം, വി പി ശിവകുമാർ കേളി അവാർഡ് തുടങ്ങിയവ ലഭിച്ചു.

വിലാസം : എസ് ബി എൻ - 19
എൻ സി സി റോഡ്,
പേരൂർക്കട പി ഒ,
തിരുവനന്തപുരം - 5.

ഉള്ളടക്കം

പ്രസാധകക്കുറിപ്പ്

സൂര്യന്റെ സ്വാധീനം കഴിഞ്ഞാൽ ജീവന്റെ അടിസ്ഥാനം ജലമാണ്. ജലസ്രോതസ്സുകളും ചതുപ്പും സസ്യജാലങ്ങളും അവയ്ക്കുള്ളിലെ ചെറുപ്രാണികളും സമൃദ്ധമായി കൊണ്ടും കൊടുത്തും ജീവിച്ച കഴിഞ്ഞ കുറെക്കാലം കേരളത്തിനുണ്ടായിരുന്നു. നെൽവയലുകളും ഉൾനാടൻ മത്സ്യസമ്പത്തും ഇന്ന് ആരുടെയും ഓർമ്മയിൽ പോലും തങ്ങി നില്ക്കാത്ത വൈവിദ്ധ്യമാർന്ന കായ്കനികളും എല്ലാം. ദൈനംദിനമെന്നോണം അവ ഒന്നൊന്നായി നഷ്ട മായിക്കൊണ്ടിരിക്കുകയാണ്. പരിസ്ഥിതി സംരക്ഷണം വികസനവിരോധമായിത്തീരുന്നു.

കഴിഞ്ഞ നാലു ദശകങ്ങളായി നമുക്കു നഷ്ടപ്പെട്ടുകൊണ്ടി രിക്കുന്നതെന്താണെന്ന് ഒരു കൊച്ചുകുട്ടിയുടെ ഔത്സുക്യ ത്തോടെ തിരിഞ്ഞു നോക്കുകയാണ് ഇന്ദുഗോപൻ. എക്കാ ലത്തെയും ഹൃദ്യമായ ഒരു കഥപോലെ. കൈയിൽ എടു ത്താൽ വായിച്ചു തീർക്കാതെ നിലത്തു വയ്ക്കാൻ തോന്നു കയില്ല; ഈ പുസ്തകം.

തികഞ്ഞ അഭിമാനത്തോടെ ഞങ്ങൾ പ്രസിദ്ധീകരിക്കുന്നു; സ്വീകരിക്കപ്പെടും എന്ന ഉറപ്പോടെ.

ചിന്ത പബ്ലിഷേഴ്സ്

ആമുഖം

വെള്ളത്തിന്റെ നടുക്ക്, കോടാനുകോടി ജീവികൾക്കൊപ്പം, വെറുമൊരു നിസ്സാരജീവിയായി കഴിഞ്ഞ കുറെ കാലമുണ്ടായിരുന്നു. അത്ര ചെറിയ കാലം, ഭൂമിയെ സംബന്ധിച്ച് ഒന്നുമല്ല. സമയക്കടലിൽ വീണ ഒരു തുള്ളി ജലം. പക്ഷേ, എന്റെ കഥയിലെ നാലു ദശകം; അതിലെ ഓരോ ദിവസവും വല്ലാതെ മാരകമാണെന്ന് ഭൂമിയെക്കുറിച്ച് പഠിച്ചവർ പറയുന്നു. കരാളമായ ആ കാലത്ത് കേരളത്തിൽ ജലത്തിനു ചുറ്റും സംഭവിച്ചതെന്ത്? ചിലതൊക്കെ ഈ ഓർമ്മക്കുറിപ്പുകളിലുണ്ടാകും. ഇത് നെറ്റിൽ നിന്നുള്ള സ്ഥിതിവിവരക്കണക്കല്ല. അതിനാൽ ശാസ്ത്രീയതയ്ക്കപ്പുറം, എവിടെയോ, ഒരു കുട്ടിയുടെ വിഭ്രമക്കാഴ്ചകളുടെ സത്യസന്ധത ഉണ്ടാകാം.

ഇത് കുറിക്കുന്ന ആൾ, പരിസ്ഥിതി പ്രവർത്തകനല്ല. മോശമായിട്ടല്ല. യോഗ്യതയില്ല. ജീവിക്കാനുള്ള ഓട്ടത്തിൽ, ഭൂമിക്ക് അതിന്റേതായ കേടു വരുത്തിയിട്ടുണ്ട്. ഇന്നിപ്പോൾ ഭൂമിക്ക് നോവുന്നുവെന്ന് പറഞ്ഞാൽ വികസനവിരോധമാണ്. പകരം പരിസ്ഥിതിപ്രവർത്തനം സർക്കാരുകൾ തന്നെ ഏറ്റെടുക്കുന്നു എന്ന് തോന്നിപ്പിച്ചുകൊണ്ടുള്ള ഗൂഢാലോചനകളാണ്. വയൽ നികത്തൽ നിയമം സാധൂകരിക്കുന്നതുപോലെ വലിയ വലിയ ശ്രമങ്ങൾക്കുള്ള വെള്ളവിരിക്കലാകാം.

നമുക്ക് നഷ്ടപ്പെട്ടതെന്തെന്ന്, സ്വയം ചോദിച്ചപ്പോൾ, നമ്മളിലെ നമ്മൾ തന്നെ ഇറങ്ങി വന്ന്, നമ്മുടെ ചെവിക്കുറ്റിക്ക് ഒന്ന് തന്നതിന്മേലുള്ള അന്ധാളിപ്പും അതിന്മേലുള്ള കുറച്ചൊക്കെ വകതിരിവുമാണ് ഈ എഴുത്ത്.

ഇതെഴുതിയ ആൾ, അയാളുടെ ചുറ്റുവട്ടത്തെ ഓർമ്മകളുടെ വെള്ളക്കെട്ടിൽ മുങ്ങാങ്കുഴിയിട്ടു പരിശോധിക്കുകയാണ്. ഒരു ജലആത്മകഥ

യെന്ന് പറയാം. സൂര്യന്റെ പ്രതാപത്തിനപ്പുറം ജീവന്റെ അടിസ്ഥാനം നനവാണ്. അതേപ്പറ്റി പറയുമ്പോൾ, ഇതിലെ ഞാൻ, എനിക്ക് എന്ന ആത്മപദങ്ങൾക്ക് ഒരു മേന്മയുമില്ല. ഇതിലൊരു മനുഷ്യർക്കും പേരുമില്ല. ചുറ്റുമുള്ള ജലത്തെയും ജീവഗണത്തെയും മാത്രം ശ്രദ്ധിക്കുക.

1

കുളഅട്ടകൾ!

എന്റേത് പലകയടിച്ച വീടായിരുന്നു. ചാരായഷാപ്പ് പോലെ. സാമാന്യം വലിയ വയലിന്റെ നടുക്ക്. കാലവർഷം പെരുക്കുമ്പോൾ ഒരു ദ്വീപെന്ന വിധം ചുറ്റും വെള്ളം.

അമ്മയുടെ ഗർഭജലത്തിൽനിന്ന് വേറിട്ട്, ഞാൻ വന്നിറങ്ങിയിട്ട് രണ്ടു കൊല്ലമേ ആയുള്ളൂ. സാഹിത്യമില്ലാതെ പറഞ്ഞാൽ രണ്ടാം വയസ്സിൽ ഈ വെള്ളക്കുഴിയുടെ അന്ധാളിപ്പിലേക്ക്. എന്റെ പെങ്ങൾ പിറന്ന്, 28 ന്റെ ചരടുകെട്ടു കഴിഞ്ഞിട്ടേയുണ്ടായിരുന്നുള്ളൂ.

പിച്ച നടക്കുമ്പോൾ, വെള്ളത്തിൽ വീണ് മുങ്ങിച്ചാകാതിരിക്കുക എന്നതാണ് ആദ്യപാഠം. പിന്നീട്, വെള്ളത്തിൽ നിന്ന് രക്ഷപ്പെട്ട് ഓടിയപ്പോഴും, സദാ നനവ് എന്നെ പിന്തുടർന്നു വന്നു. ഓർമ്മപ്പെടുത്തൽ പോലെ. ആ ഒരു ജന്മത്തിന്റെ കഥ.

അമ്മയെ എയ്ഡഡ് സ്കൂൾ അദ്ധ്യാപികയാക്കാൻ ശ്രമിച്ചപ്പോഴാണ്, ഞങ്ങളീ വയലിൽ വന്നു പെട്ടത്. കല്യാണത്തിനിട്ട ഉരുപ്പടി സഹിതം വിറ്റ് ഒരു മാനേജറെ ഏല്പിച്ചു. സത്യസന്ധനായിരുന്നു മാനേജർ. അതിനാൽ വേറെ സാക്ഷി വേണ്ടായിരുന്നു. പക്ഷേ, പണം കൊടുത്ത് രണ്ടാം പക്കം മാനേജർ മരിച്ചു. വിധി നമ്മളെ വെള്ളക്കുഴിയിൽ തള്ളിയിടാൻ കാത്തിരിക്കുകയായിരുന്നല്ലോ. മാനേജർ ഈ തുകയുടെ കാര്യം ആരോടും പറഞ്ഞിട്ടില്ല. ആ പണം അയാളുടെ വീട്ടിലുമില്ല. ഒരു തവണയേ അച്ഛൻ ചോദിക്കാൻ പോയുള്ളൂ.

അച്ഛൻ പിടിവിട്ടില്ല. ബാക്കിയായി ഓടിട്ട നല്ലൊരു വീടും പുരയിടവുമുണ്ടായിരുന്നു. വിറ്റ്, വേറൊരു മാനേജർക്ക് കൊടുത്തു. ഇത്തവണ സാക്ഷി ഉണ്ടായിരുന്നു. ഹിന്ദി ടീച്ചറായി അമ്മ ജോലിക്കു കയറി.

പക്ഷേ, പിന്നെവിടെ പോകും? അച്ഛന്റെ അമ്മ പറഞ്ഞു: "ടാ നമ്മുടെ

തൊടിയിൽ ഒരു കുടിൽ കെട്ടി താമസിക്ക്. എന്നിട്ട് അഞ്ചുസെന്റ് വാങ്ങിച്ചൊരു വീട് വയ്ക്ക്."

അച്ഛന്റെ അച്ഛനും അദ്ദേഹത്തിന്റെ സഹോദരനും തമ്മിൽ പതിറ്റാണ്ടുകളോളം കേസു പറഞ്ഞ അഞ്ചര സെന്റ് തൊടി. തൊടിയെന്നു വച്ചാൽ വയലിൽ നിന്ന് പത്തോ പതിനഞ്ചോ സെന്റിമീറ്ററിൽ ഉയർന്നിരിക്കുന്ന കരയുമല്ല വയലുമല്ലാത്ത ഇടം. ആ തൊടിയിലൊരു കാവൽ വേണമെന്ന് അച്ഛന്റെ അമ്മയ്ക്ക് തോന്നിയിരിക്കണം. കുറേ വയൽ അച്ഛമ്മയ്ക്കുണ്ട്. ബാക്കി ബന്ധുക്കളും അല്ലാത്തതുമായി പലരുടേതാണ്. ചുറ്റും നോക്കിയാൽ, വയലും തൊടിയുമെല്ലാം ഇടകലർന്ന്, കണ്ണെത്താ ദൂരത്തോളം വിജനപ്രദേശം. വയലിന് മതിലില്ലല്ലോ. അതുകൊണ്ട് എല്ലാം നമ്മുടേതാണ്. നമ്മുടെ വിഹാരരംഗമാണ്.

അമ്മ പറഞ്ഞു: "എന്നെ ആ വയൽ കൊണ്ടുകാണിച്ചത് സ്കൂൾ അടച്ച വേനല്ക്കാലത്താണ്. അതുകൊണ്ടാണ് ഞാൻ സമ്മതിച്ചത്. മിക്ക ഭാഗവും നെല്ലും മുഴുവൻ പച്ചപ്പും. കൊയ്ത്ത് നടക്കുന്നു. നല്ല അന്തരീക്ഷം."

ഒരു വലിയ മരം മുറിച്ച് പലകയാക്കി, വീടു വച്ചു. വൺ ബെഡ്റൂം ഹൗസ് വിത്ത് കിച്ചൻ ഫുൾ ഓഫ് പലക. ആകെ ചെലവ് 1500. പലകകളുടെ വിടവിലൂടെ സദാ വായുസഞ്ചാരം. ജനാല വേറെ വേണ്ടിയിരുന്നില്ല. മുകളിൽ ഓല.

ജൂണിൽ ഇടവപ്പാതി തുടങ്ങിയപ്പോൾ കഥ മാറി. വൈകുന്നേരം, അമ്മയും രണ്ട് പൊടിക്കുഞ്ഞുങ്ങളും ഇരിക്കുകയാണ്. അച്ഛനില്ല. നല്ല മഴ. അമ്മ നോക്കിയിരിക്കെ കിഴക്കു നിന്നുള്ള തോട് നിറഞ്ഞു കവിഞ്ഞു വയലിലേക്ക്. വയൽ കായലായി. വയലാണെങ്കിലും വെള്ളം വീടിരിക്കുന്ന ഭാഗത്തേക്ക് തുള്ളി പോലും കയറിയിട്ടില്ല. കരയെ ഉമ്മ വച്ച്, ഉമ്മ വച്ച് നില്ക്കുന്നതല്ലാതെ കയറാനുള്ള ഉദ്ദേശ്യമില്ല. വരുന്ന ഒഴുക്കിന് വെള്ളം അതേ വേഗത്തിൽ സ്ഥലംവിടുന്നു. അമ്മ വെളിയിലിറങ്ങി നോക്കിയപ്പോൾ, ഒരു കല്ലിന്റെ മുകളിലൂടെ, തല പൊന്തിച്ച് നില്ക്കുകയാണ്, ഒരു മീൻ. വലിയ തലയും മീശരോമങ്ങളും കൊമ്പും വലിയ വായുമൊക്കെയായി ഉണ്ടക്കണ്ണുമായി ഒന്ന്. ആളനക്കം കണ്ട് അത് തിരിച്ചിറങ്ങിപ്പോയി. ആദ്യമായൊരു തോട്ടുമീനെ അമ്മ കാണുകയാണ്. വലിയൊരു എരൽമീൻ (മുഷി).

മീനിന്റെ കുഴിയായിരുന്നു അവിടം. അച്ഛന് വയൽ, വെള്ളം, മീൻ തുടങ്ങിയവയോട് അടക്കാനാകാത്ത സ്നേഹമായിരുന്നുവെന്ന് അമ്മയ്ക്ക് പിന്നീടാണ് മനസ്സിലായത്. അവിടെ വന്ന ശേഷമാണോ, അതോ, അതിന് മുമ്പേ തുടങ്ങിയതാണോ എന്ന് അറിയില്ല.

അച്ഛൻ ജാഡ പറഞ്ഞു: "എടീ അഷ്ടമുടിക്കായലിലെയും പരവൂർ കായലിലെയും മീനുകൾ നമ്മടെ തോട്ടിൽ വരും."

അച്ഛന് അത്രയുമേ അറിയൂ. പറഞ്ഞതിലും വിശാലമായിരുന്നു. പരവൂർക്കായലിനെ, അഷ്ടമുടിക്കായലുമായി ബന്ധിപ്പിക്കുന്ന കൊല്ലം തോ

ടു വഴി, ശേഷം കൊല്ലം കോട്ടപ്പുറം ജലപാത വഴി കൊച്ചി കഴിഞ്ഞ് അവസാനിക്കുന്ന, വിപുലമായ ഒരു ശുദ്ധജലശേഖരത്തിന്റെ ഭാഗമായിരുന്നു ഞങ്ങളുടെ വയലിലേക്കും വ്യാപിച്ചു കിടന്നിരുന്നത്. അത് അറബിക്കടലിലേക്ക് കണക്ടു ചെയ്തിരിക്കുകയാണ്. എല്ലാ മഹാസമുദ്രങ്ങളും പരസ്പരം ബന്ധിച്ച് കിടക്കുന്നതിനാൽ വിശാലഅർത്ഥത്തിൽ ഒരു ജലം മാത്രം. അഥവാ ഉപ്പുള്ളതും ഇല്ലാത്തതുമെന്ന രണ്ടു തരം ജലം. വെള്ളത്തിലെ ജീവശ്വാസം അരിച്ചു ജീവിക്കുന്ന പല തരം മത്സ്യങ്ങൾ. എന്നാൽ ഞങ്ങളുടേതു പോലുള്ള ചതുപ്പിലും വയലിലും സാധാരണ മട്ടിലുള്ള ജലജീവിതമല്ല. അവിടെ വേറെ ജീവവ്യവസ്ഥയാണ്. കരയിലും വെള്ളത്തിലും ജീവിക്കാവുന്ന ഉഭയമത്സ്യങ്ങളാണ് മിക്കതും. രാത്രിയിൽ ഇറങ്ങി നടക്കുന്ന മീനുകൾ മാത്രമല്ല, കുഞ്ഞു ഒച്ചുകൾ, ആമകൾ, ഞണ്ടുകൾ, ശലഭങ്ങൾ, വെള്ളത്തിൽ പക്കികൾ, വയൽക്കിളികൾ... അങ്ങനെയങ്ങനെ.

ഒരിക്കൽ, മറന്നു വച്ച, എന്റെ സ്കൂൾപെട്ടി തരാൻ രാത്രി വൈകി, അച്ഛന്റെ വീട്ടിൽനിന്ന് എന്റെ ബന്ധുക്കൾ വന്നത് ഓർക്കുന്നു.

വയലിന് കുറുകെ, ചെമ്മണ്ണു വിരിച്ച, റോഡ് വെട്ടിയിട്ട് അധികകാലമായിട്ടില്ല. പച്ചോലകൾ വെട്ടിത്തള്ളിയാണ് നനവ് മാറ്റി കുഴി നികത്തിയത്. പിന്നാണ് ചരലും ചല്ലിയുമൊക്കെ ഇറക്കിയത്. ആ വയലും പ്രദേശത്തു കൂടി, രാത്രി പേടിയുള്ളവർ ഒറ്റയ്ക്കു പോകാറുമില്ല. അത്ര വിജനം. നീല കട്ടിപിടിച്ചുറഞ്ഞ ഒരു തരം ഇരുട്ടാണ് വയലുകളിലെ രാത്രികൾക്ക്. നിലാവും കാറ്റും കൂടിയൊരു കളിയുണ്ട്. വാഴയിലകൾ ആടുമ്പോൾ, ഇലയ്ക്കടിയിലെ വെള്ളിപ്പൊടികൾ തിളങ്ങും. മടങ്ങിയും തിരിഞ്ഞും ആടുന്നതു കണ്ടാൽ, രാത്രിയിൽ ഒരാൾ നിന്ന് കൈയാട്ടി വിളിക്കുന്നതാണെന്നേ തോന്നൂ. അങ്ങനെ നിലവിളിച്ചോടിയവരുണ്ട്. ആ ഏരിയയിൽ പേടിയില്ലാത്തത് ഞങ്ങളേയുള്ളൂ. ഞങ്ങൾ പേടിച്ചിട്ട് കാര്യമില്ലല്ലോ.

കറന്റില്ല. റേഷൻകാർഡിന്റെ രണ്ടു ലിറ്റർ മണ്ണെണ്ണ കൊണ്ടു മാസം മുന്നോട്ടു പോകില്ല. ചെറിയൊരു മൂട്ടവിളക്കാണ് ആ ഘോരാന്ധകാരത്തിൽ ആകെ വെളിച്ചത്തിന്റെ ഒരു തുണ്ട്. പിന്നെ ഇരുട്ടിന്റെ കടുത്ത പച്ച ഭാഗങ്ങളിൽ, പ്രകാശത്തിന്റെ അപൂർണ്ണമായ വരകളിട്ട് കളിക്കുന്ന അസംഖ്യം മിന്നാമിന്നുകളും മാത്രം. ഞങ്ങളുടെ വീടിന് കുറേ പടിഞ്ഞാറ്, കുടികിടപ്പ് കിട്ടിയ ഒന്നര സെന്റിൽ ഒരു ഉമ്മയും കുറേ മക്കളുമുണ്ട്. കുറേ വടക്ക്, ഒരു 16 ന്റെ സെന്റ് വയലിന്റെ ഗ്യാപ്പിൽ അച്ഛന്റെ വല്യച്ഛനും കുടുംബം. തെക്കോട്ട് നോക്കിയാൽ, ദൂരെ ഒരു വീടിന്റെ ലാഞ്ഛന കാണാം. ഇതല്ലാതെ കണ്ണെത്താദൂരത്ത് വീടുമില്ല. കൂടുമില്ല. മനുഷ്യനുമില്ല. ഇരുട്ടായാൽ നിലവിളിച്ചാൽ പോലും കാര്യമില്ല. പിന്നെ പേടിയില്ല.

രാത്രി വയലിലെ നിശ്ശബ്ദതയിൽ ചീവീടുകളുടെ ശബ്ദത്തിന് ഒരു ഗാംഭീര്യമുണ്ട്. അവയുടെ പ്രായവ്യത്യാസംവരെ നമുക്ക് തിട്ടമാണ്. കേ

ട്ട് തഴമ്പിച്ചാൽ അടുത്ത ട്യൂൺ എന്താണെന്നും അറിയാം. ചില സ്ഥലങ്ങളിൽ ചീവിടുകൾ നിശ്ശബ്ദമായിരിക്കും, പിന്നെ ഒരുമിച്ച് അലറുകയും ചെയ്യും. അതെനിക്ക് ഇപ്പോഴും പേടിയാണ്. വയലിലെ ചീവിടുകൾ രാത്രി നമ്മളുറങ്ങും വരെ താളത്തിൽ കരഞ്ഞു കൊണ്ടേയിരിക്കും. ഇടയ്ക്ക് പല തരം മാക്രികളുടെ ട്യൂണുകൾ അകമ്പടിയുണ്ട്. പാതിരാക്കൊക്കിന്റെ കറുമുറായുള്ള ഒച്ച. സന്ധ്യക്ക് ഒരു വയസ്സൻ പുളവൻ, അല്ലെങ്കിൽ ഒരു കുട്ടിപ്പുളവൻ പിടിച്ച വലിയ തവളയെ ഇതു വരെ വിഴുങ്ങിത്തീർന്നിട്ടില്ല. പാതിരാ വരെ നിലവിളിയാണ്. അതാണ് വേദന. രാത്രി ഒന്നൂടെ നിശ്ശബ്ദമാകുമ്പോൾ, ദൂരെ ഇരവിപുരം കടൽ അലറുന്ന അമർന്ന താളം. വായുവിൽ ചൂട്ടുകറ്റ ദീർഘനിശ്വാസം വിടുന്ന ശബ്ദം. വൈകിയ ഒരു രാത്രിയാത്രികൻ ശ്വാസം അടക്കിപ്പിടിച്ച് നടക്കുകയാണ്. ഒരു നരിച്ചീറോ കാറ്റിൽ ലക്ഷ്യം തെറ്റിയ ഒരു പാറാനോ (വലിയ വവ്വാൽ) അയാളുടെ മുഖത്തടിച്ചാൽ, അതോടെ, ബോധം കെട്ടു വീഴും. ഇല്ലെങ്കിൽ.. 'പ്രേതം അടിച്ചിട്ടെന്ന്'' പറഞ്ഞ് പനി പിടിച്ചു കിടന്നയാളിനെ അച്ഛൻ പോയി കണ്ടിട്ടുണ്ട്. അതൊരു പാറാനാണെന്ന് പറഞ്ഞാൽ, “എത്ര തവണ ലക്ഷ്യം തെറ്റി, എന്റെ പൊടിച്ചെറുക്കന്റെ മോന്തയ്ക്കടുത്തു വരെ വന്നിട്ടുണ്ട്. അവൻ പേടിച്ചില്ലല്ലോ” എന്നൊക്കെ അച്ഛൻ പറഞ്ഞു നോക്കി. “അല്ലണ്ണാ.. ഒരു വലിയ രൂപം. നാലാൾ പൊക്കം. കറുപ്പുകൊണ്ട് പൊതിഞ്ഞിരിക്കുന്നു.”

പാറാൻ കണ്ണിനടുത്തുവന്നാൽ അങ്ങനെയേ തോന്നൂ. പക്ഷേ, പറഞ്ഞിട്ട് കാര്യമില്ല.

രാത്രി നമ്മുടെ ബന്ധുക്കളാരെങ്കിലും വരുന്നെങ്കിൽ, ദൂരെ നിന്നേ വിളിച്ചു പറയും.

“പൊറുതീ. പേടിക്കല്ലേ. പേയും പിശാചുമൊന്നുമല്ല.”

സത്യത്തീ, ആ പറച്ചിലു കേട്ടാലറിയാം, നമുക്കല്ല, അവർക്കാണ് പേടി.

വീണ്ടും നടന്നു വരുമ്പോ പതറിയ ശബ്ദത്തോടെ പറയും.

“പേടിക്കല്ലേ, മനുഷ്യനാന്നേ..”

പിന്നെ പറയും..

“ശത്രു അല്ലേ.. ബന്ധുവാന്നേ..”

അടുത്തെത്തുമ്പോ പറയും..

“ഞാനാടീ കൊച്ചേ.. ചെറക്കന്റെ പെട്ടി മറന്നേച്ചു പോയി. അവന് ഒന്നും പഠിക്കണ്ടേ.. നാളെ പള്ളിക്കൂടത്തീ പോണ്ടേ..”

അപ്പോൾ നമ്മൾ ഊതിയാൽ പറക്കുന്ന സാക്ഷ തുറക്കും. വയലിലെ പലജാതി ജീവികളുടെ ശബ്ദം കുറച്ചൂടെ ചെവിക്കടുത്തേക്ക് വരും. അപ്പോഴാണ് ബന്ധു അയ്യോയെന്ന് പറഞ്ഞ് ഞെട്ടി കാലു വലിക്കുന്നത്.

നോക്കിയപ്പോൾ കാലിൽ ചോര പൊടിഞ്ഞിരിക്കുന്നു.

ജീവിതമവസാനിച്ചെന്ന മട്ടിൽ പരിക്ഷീണിതയായി അവർ അമ്മ

യുടെ മുഖത്തു നോക്കും.

അമ്മ ചൂട്ടു വാങ്ങിച്ച് മിന്നിച്ച് നോക്കിയിട്ടു നിസ്സാരമായിട്ട് പറഞ്ഞു..

"ഓ കൈതക്കോരയാ.. അതിന്റെ മുള്ളു കൊണ്ടതാ. അതിന്റെ മേത്ത് കേറി ചവിട്ടാൻ ആരെങ്കിലും പറഞ്ഞോ.."

പിന്നെ രാത്രി എനിക്കൊരു പേടിയുണ്ടായിരുന്നു. കൈതക്കോരയിൽ കേറി ചവിട്ടുമോ?

വല്ലാത്ത മീനാണ്. രാത്രിയിൽ സദാ യാത്രികൻ എന്ന കടമറ്റത്ത് കത്തനാർ സീരിയലിന്റെ അവതരണഗാനം പോലെ യാത്ര തന്നെ യാത്ര. നമ്മൾ അണ കെട്ടി വറ്റിക്കുമ്പോഴും കൈതക്കോരയെ കിട്ടില്ല. പാള കോട്ടിയ തേവുപാത്രം കൊണ്ട് ചെളി കോരി കരയിലേക്ക് ഇടുമ്പോ ഒരു പിടപ്പാണ്. ചെളി നമ്മടെ കണ്ണീ വീഴും. മുതുകിൽ കുട മടക്കിവച്ചിരിക്കുന്നതു പോലെ ചിറകു വിരിയും. കഷ്ടിച്ച് കൈപ്പത്തിക്കത്ര മാത്രം വളരും. കരിമീനിന്റെ അത്ര വീതിയില്ലാത്ത കടുംപച്ച നിറത്തിലുള്ള മീൻ. ഇഷ്ടം പോലെ കാണും. ചിലയിടത്ത് കരിപ്പിടി എന്നും പറയും.

ആഴം കുറഞ്ഞ് ചെളി കേറി കിടക്കുന്ന വയലിൽ ജീവിക്കാൻ വിധിക്കപ്പെട്ട മത്സ്യങ്ങൾക്ക്, നിരവധി സൂക്ഷ്മരക്തക്കുഴലുള്ള അന്തരീക്ഷവായു ശ്വസിക്കാൻ പറ്റുന്ന ഒരു ഉപശ്വസനാവയവം കൂടി പ്രകൃതി കൊടുത്തിട്ടുണ്ട്. ആ അവയവത്തിന്റെ സൂക്ഷ്മ ഡിസൈനുകൾ തന്നെ പല പല മീനുകളിൽ മാറിക്കൊണ്ടിരിക്കും. അതുകൊണ്ടാണ് മുഷിയെ കരയിൽ പിടിച്ചിട്ട് മൂന്നാലു ദിവസമായിട്ടും ചാകാതെ കിടക്കും. വരാൽ അതിന്റെ പാതി പോലും നില്ക്കില്ല.

ഡച്ച് ഈസ്റ്റ് ഇന്ത്യാ കമ്പനിയിലെ ഒരു ലഫ്റ്റനന്റായ ഡാൾഡഫ് എഴുതിയ ഓർമ്മക്കുറിപ്പിലാണ് (1797) പാവം കൈതക്കോര, പനങ്കള്ള് കുടിക്കാൻ പനയിൽ കയറുമെന്ന് എഴുതിവച്ചത്. മത്സ്യവിദഗ്ദ്ധരായ പല മലയാളികളും സായിപ്പിനെ കണക്കിന് കളിയാക്കിയിട്ടുണ്ട്. ഏതോ പന കയറ്റക്കാരൻ വിദ്വാൻ സായിപ്പിനെ പറഞ്ഞുപറ്റിച്ച് ചരിത്രമാക്കിയതാണ്. രസമുള്ളതു കൊണ്ട്, പല ഇംഗ്ലീഷ് ബുക്കിലും ഇതിങ്ങനെ ആവർത്തിക്കുന്നുണ്ട്. കൈതക്കോര, കൃത്യമായി ഒരു ശരാശരി പക്ഷിക്ക് കൊത്തിപ്പെറുക്കാൻ ഇണങ്ങുന്ന വലിപ്പത്തിലുള്ള മീനാണ്. അതിന് പകൽ പോലും ഇത്തിരി സഞ്ചാരത്വര കൂടുതലാണ്. പായലിന്റെ മുകളിലൊക്കെ ചുമ്മാ കയറിയിരിക്കുന്നത് കണ്ടിട്ടുണ്ട്. കാക്കകൾ കൂട്ടിൽ വച്ചിട്ട്, ഇനി വരുമ്പോൾ കഴിക്കാമെന്നു പറഞ്ഞ് പറന്നു പോയാൽ, തിരികെ വരും വരെ കൈതക്കോര ജീവനോടിരിക്കും. അതാവും സായിപ്പിനെ പറഞ്ഞു പറ്റിക്കാൻ എളുപ്പമായത്.

രാത്രിയിൽ മൂത്രമൊഴിക്കാൻ പുറത്തിറങ്ങുമ്പോൾ, മീൻകുഞ്ഞുങ്ങളുടെ ബറ്റാലിയനെ കണ്ട് ഞാൻ കൗതുകത്തോടെ, പെടുക്കാൻ മറന്ന് നിന്നിട്ടുണ്ട്. ചില നേരം മരങ്ങളിൽ നിന്ന് പ്രതിഫലിച്ചിറങ്ങുന്ന പച്ച നിറം പുരണ്ട നിറഞ്ഞ നിലാവ്, ഇവയുടെ പുറത്തു വീണ്, എണ്ണമയത്തിൽ കുതിർന്ന്, തിളങ്ങും. എങ്ങു നിന്നോ ഒലിച്ചിറങ്ങുന്ന നനവു പിടി

ച്ചുള്ള യാത്രയാണ്. പിന്നാലെ പോയാലോയെന്ന് വിചാരിച്ചു. ഇരുട്ടാണ്. മീനുകളെ പോലെ തന്നെ, കാവിലേക്ക് ദേവിയുടെയും സഞ്ചാരമുണ്ടെന്ന് അച്ഛമ്മ പറഞ്ഞിട്ടുണ്ട്. അതിന്റെ പാതയിൽ മനുഷ്യൻ കേറി നിന്നൂടാ. പ്രപഞ്ചത്തിന്റെ, ഒരു യാത്രാപാതയിലും, അത് കാറ്റാകട്ടെ, മീനുകളുടേതാകട്ടെ, വേരുകളുടേതാകട്ടെ, നമ്മൾ നടുക്കു കയറി നിന്നൂടാ. ദൈവത്തെ ഒഴിവാക്കിയാൽ അത് സത്യമാണ്.

ഞങ്ങളുടെ ചെമ്മണ്ണിട്ട ഇടറോഡിലൂടെ ഒരിക്കൽ, ഒരിക്കൽ മാത്രം ഒരു ബസോടി. തോട്ടുമുക്ക് എന്ന് ഞാൻ തന്നെ പേരിട്ട, ഞങ്ങളുടെ വീടിന് മുന്നിലെ ജങ്ഷനിൽ നിന്ന് എന്നെ കയറ്റി, സ്കൂളിന്റെ മുന്നിലിറക്കുന്ന ഒരു ബസ് സ്വപ്നം മാത്രമായിരുന്നു. അപ്പോഴാണ് സത്യമായി ബസ് വന്നത്. റോഡിലേക്ക് വളർന്നു കിടക്കുന്ന വേലിപ്പത്തലുകളെല്ലാം ബസിനകത്തേക്ക് പോയി തിരികെ വന്നു. ഒടുവിൽ ബസ് പോയപ്പോൾ, പത്തലിന്റെ ഇലകളുടേയും നനഞ്ഞ ചെമ്മണ്ണിന്റെയും പെട്രോളിന്റെയും വല്ലാത്ത മണം. ബസ്, ഞങ്ങളുടെ രണ്ടു വീടപ്പുറത്തെ ഒഴിഞ്ഞ പുരയിടത്തിൽ കൊണ്ടിട്ടു. ഞങ്ങൾ കളിക്കുന്ന സ്ഥലമാണ്. വണ്ടിക്ക് വാതിലില്ല. കളി ബസിനകത്തായി. മുന്നിൽ സീറ്റായും ഉപയോഗിക്കാവുന്ന മരപ്പെട്ടി വലിച്ചു തുറന്നപ്പോൾ, ആഹാ.. നിറയെ അദ്ഭുതം. സ്വാമി വേഷത്തിനൊപ്പമുള്ള കമണ്ഡലു, താടി, കൃത്രിമ മീശകൾ, രാജാപ്പാർട്ട് വേഷങ്ങൾ. എന്റെ അച്ഛന്റെ അടുത്ത ബന്ധു കൊണ്ടു വന്നിട്ടതാണ് ബസ്. ഈ വണ്ടി കടത്തിലായിരുന്നു. ഒളിച്ച് കൊണ്ടിട്ടിരിക്കുകയാണ്. വണ്ടിയുടെ ഉടമയായ ബന്ധു, നാടകമൊക്കെ എഴുതും. കളിക്കും. പുസ്തകവുമാക്കിയിട്ടുണ്ട്. ഒന്നെന്റെ കൈയിൽ ഇപ്പഴുമുണ്ട്. പക്ഷേ, വേണ്ടാത്തരങ്ങളേ കൈയിലുള്ളൂ. അതിലൊന്നാകും ഈ ബസിന്റെ കഥ.

ഒന്നു രണ്ടാഴ്ച കഴിഞ്ഞ്, ഒരു രാത്രിയിൽ ഞാൻ ഉറങ്ങാൻ കിടന്നതേയുള്ളൂ. അപ്പോഴാണ് ബസ് സ്റ്റാർട്ടായ ശബ്ദം. ഞാൻ പുറത്തേക്കിറങ്ങി. അടുത്ത ഒളിയിടത്തിലേക്ക്, ബസ് മാറ്റുകയാണ്. റോഡിന്റെ അടുത്തു ചെന്നു നിന്നു. ബസ് പാഞ്ഞു പോയി. ഞാൻ സന്തോഷത്തോടെ ടാറ്റാ കാണിച്ചു. പിറ്റേന്ന് വെളുപ്പിന് എഴുന്നേറ്റ്, അതൊരു സ്വപ്നമല്ലെന്ന് ഉറപ്പിക്കാൻ ചെമ്മൺറോഡിലെ ടയറിന്റെ പാടു നോക്കാൻ പോയി. അവിടെ ചതഞ്ഞു കിടക്കുന്ന മുഷിമീനിന്റെ കുഞ്ഞുങ്ങൾ. അപ്പോഴും ജീവൻ വിട്ടുപോകാതെ വാലിലൂടെ കയറി, ചെമ്മണ്ണുമായി പുതഞ്ഞു കിടക്കുന്നവ വരെ. രാവിലെയുള്ള ആദ്യത്തെ കാക്ക ദൂരെ നിന്ന് പറന്നു വരുന്നതേയുള്ളൂ. ഞാൻ കൂട്ടുകാരോട് ബസിന്റെ കഥ പറയാൻ തിരിഞ്ഞോടി. കാക്ക അമൃതേത്തിന് കൂട്ടുകാരെ വിളിച്ചു തുടങ്ങിയിരുന്നു.

ആ റോഡിന്റെ അപ്പുറത്തെ വയൽ പണ്ടേ പാതി നികന്ന രൂപത്തിലാണ്. അവിടെ ഭയങ്കരമായ രണ്ടു കുളങ്ങളുണ്ടായിരുന്നു. ഒന്ന് തുറസ്സായ സ്ഥലത്താണ്. ആഴം കുറവ്. അവിടുന്ന് അകത്തേക്ക് വനമായി കിടക്കുകയാണ്. അതിനകത്താണ് മിത്തു പോലെ, ആ ഭയങ്കര ആഴ

മുള്ള വിശാലമായ കുളമുള്ളത്. നൂറുകണക്കിന് മീനുകൾ രാവിലെയും വൈകിട്ടും കവാത്ത് നടത്താറുണ്ടത്രേ. ആ കുളം തന്നെ ഞാൻ രണ്ടു മൂന്നു തവണയേ കണ്ടിട്ടുള്ളൂ. അങ്ങോട്ടു പോകാൻ തന്നെ പേടിയാണ്. രണ്ടു കുളങ്ങളിൽനിന്നും ഒരു ഊറ്റു വന്ന് പരസ്പരം ബന്ധിക്കുന്നുണ്ട്. അതിലേക്ക് ചേരാനുള്ള യാത്രയായിരുന്നു പാവങ്ങളുടേത്.

രാത്രിയിലെ ജീവരാശികളുടെ ചലനവും യാത്രയും രസമാണ്. അതിനൊക്കെ സമയവും ക്രമവുമുണ്ട്. ബാറ്ററിയിട്ട ആകാശവാണിയിൽ രാത്രി ഏഴു മുപ്പത്തഞ്ചിന്റെ യുവവാണി തുടങ്ങുമ്പോൾ, എന്റെ ചിമ്മിനിക്കു നേരെ ആദ്യം ഹെലികോപ്ടറിന്റെ ശബ്ദത്തോടെ വന്നടുക്കുന്നത് ഒരു മുതുക്കൻ പച്ചവണ്ടായിരുന്നു. അത് താഴെ വീഴുമ്പോൾ പഠിത്തത്തിൽനിന്നുള്ള ശ്രദ്ധ മാറും. വലിയ വണ്ടു വർഗ്ഗങ്ങൾ മലർന്നു വീണാൽ നിവരാൻ പാടാണ്. കൊമ്പൻചെല്ലികൾ, മൂന്നാലു തവണ ജയിക്കും. പിന്നെ ചിലപ്പോൾ, ഒരു രാത്രി മുഴുവൻ പണിപ്പെട്ടാലും നിവരില്ല. വണ്ടുകൾക്കും ശലഭങ്ങൾക്കും ഏതാണ്ടെല്ലാ പ്രാണികൾക്കും വെട്ടത്തിനോട് വലിയ ആസക്തിയുള്ളതാണ്. അങ്ങനല്ലാത്ത ഒന്നേ ഒന്ന് പാറ്റയായിരിക്കും. വണ്ട് മുതുകിലെ ചിറക് തുറന്ന്, ശർ.. എന്ന് ബഹളം കൂട്ടി എഴുന്നേല്ക്കാൻ ശ്രമിക്കുമ്പോഴേക്കും, സൈക്കിളിന്റെ മഡ്ഗാഡിൽ വെള്ളം ഇടിക്കുന്ന ശബ്ദം കേൾക്കാം. തോടിന് കുറുകെ അച്ഛൻ വരുന്നതാണ്. ഇരുട്ടിൽ നിന്ന് അച്ഛന്റെ രൂപം തെളിഞ്ഞു വരും. ക്യാരിയറിൽ നിന്ന് പഴയ സൈക്കിൾ ടയർ രണ്ടായി കീറിയത് എടുക്കും. അച്ഛൻ ചിമ്മിനിയിൽ നിന്ന് ടയറിൽ തീ പറ്റിക്കുമ്പോൾ വെട്ടം കൂടി, അവിടെല്ലാം ചുമക്കും. അപ്പോ, തെങ്ങോലയിലൊക്കെയിരിക്കുന്ന സകല ജാതി രാത്രിവണ്ടുകളും ചാഴിയും, പല ജാതി കൊമ്പുള്ളതും അല്ലാത്തതുമായ ജീവികളൊക്കെ റോക്കറ്റ് പോലെ വരും. ചിറകു കരിയുന്നതിന്, നമ്മുടെ മുടി കരിയുന്ന നാറ്റമാണ്. വഴി തെറ്റിയ ചില ചീവീടും വന്ന്, നമ്മുടെ പാദത്തിന്റെ വെള്ളയിൽ ഇക്കിളിയാക്കും. പിന്നെ തവളകൾ നിർത്താതെ ചുമയ്ക്കുന്ന രാത്രിയുടെ വായിലേക്ക് ഞാനും അച്ഛനും കൂടി ഒരിറക്കമാണ്. പോകുന്ന വഴിക്ക് വഴിയിലിട്ടിരിക്കുന്ന കാലിത്തീറ്റയുടെ ചാക്കെടുക്കണം. അച്ഛൻ വാരിയിൽ നിന്ന് വെട്ടുകത്തിയെടുത്തിരിക്കും. വെള്ളം കുറഞ്ഞിരിക്കുന്ന കാലമാണെങ്കിൽ ഒറ്റാലും.

വെള്ളത്തിൽ ഇറങ്ങി അച്ഛൻ നടക്കുന്നതിന്റെ ശബ്ദം കേൾക്കാനാവില്ല. മെല്ലെ കാലുയർത്തി വയ്ക്കുകയോ, വെള്ളത്തിൽ ഉരച്ചു നടക്കുകയോ ചെയ്യും. വെട്ടവും അച്ഛനും ദൂരെയായിരിക്കും. അപ്പോൾ ഒരു വെട്ടിന്റെ ശബ്ദം. ഞാൻ വരമ്പിലൂടെ വേഗം ഓടിച്ചെല്ലും. വെള്ളത്തിൽ ചോര കലങ്ങി വരുന്നു. അച്ഛൻ കഴുത്ത് പിളർന്ന, ഒരു വലിയ വരാലിനെ എടുത്തു കരയിലിടും.

രണ്ടു മൂന്നെണ്ണമാകുമ്പോൾ ഞാൻ വീട്ടിലേക്ക് പോകും. അത് അത്താഴത്തിനുള്ളതാണ്. ഇനിയൊരു മൂന്നോ നാലോ, നാളെ സ്കൂളിലേക്ക് കൊണ്ടുപോകാൻ. ആവശ്യം കഴിഞ്ഞാൽ എത്ര വലുതിനെ കണ്ടാലും

വെട്ടില്ല. അതു നാളേക്ക്.

പിറ്റേന്ന് വെളുപ്പിന് അഞ്ചര ആയപ്പോ വെളിയിലൊരു ശബ്ദം. ആ ഒച്ച കേട്ടാൽ ഏതുറക്കത്തിലും ഞാൻ ഉണരും. അച്ഛന്റെ അനിയൻ. തിരുവനന്തപുരത്ത് വലിയ ജയിലാപ്പീസറാണ്. കുറ്റശാസ്ത്രത്തിൽ പി എച്ച് ഡി കിട്ടി, വീട്ടുകാരൊക്കെ അതേപ്പറ്റി തുടരെ സംസാരിക്കുന്ന കാലമാണ്.

“അവനെന്തിയേ.. പഠിക്കുകയാന്നോ..” എന്ന് ചോദിക്കുന്നതു കേട്ടു.

ഞാൻ ചാടിയെഴുന്നേറ്റു കൈയിൽ കിട്ടിയ ഒരു പാഠപുസ്തകം തുറന്നു വച്ചു.

പുള്ളി, വയലിന്റെ വിശാലതയിലിരുന്ന്, വയറൊക്കെ ശുദ്ധമാക്കി, ഒഴുക്കുവെള്ളത്തിൽ കഴുകി, സന്തോഷവാനായി തിരിച്ചു വന്നിരിക്കുകയാണ്. ഓർമ്മകൾ തിരിച്ചു വിളിച്ചതാണ്.

ചായ വാങ്ങിച്ചു കുടിച്ചിട്ട് എന്റടുത്ത് ചോദിക്കും.

“ഇന്നലെ എത്ര മണി വരെ പഠിച്ചു?”

“ഏഴ് മുപ്പത്തഞ്ച്.”

“ങേ പിന്നെ?” ഒരലർച്ചയാണ്.

“മീൻപിടിക്കാൻ പോയി. അച്ഛന്റെ കൂടെ.”

ദയനീയമായി അദ്ദേഹം അച്ഛനോട് കൈ മലർത്തി ചോദിക്കും: “ഇയാളെന്തുവാടേ ഇത്!”

അച്ഛൻ ഒന്നും പറയാതെ വയലിലേക്ക് ഒറ്റ നടത്തമാണ്.

അപ്പോ അച്ഛന്റെ അനിയൻ പറയും.

“എട് എട്..”

പുള്ളിക്കാരൻ തന്നെ വാങ്ങിച്ചു വച്ചിരിക്കുന്ന ചെസ് ബോർഡുണ്ട്. ഒഴിയാൻ ഞാൻ പറയും: “സയൻസ് പഠിക്കാനുണ്ട്.”

“ഓ സയൻസല്ലേ.. എട്. എട്..”

ശേഷം ചെസ് കളിയാണ്. പ്രാന്താണ്. സ്പീഡ് ചെസ്സാണ്. നമ്മൾ ഒരു സെക്കൻഡ് താമസിച്ചാൽ പുള്ളി രണ്ടു കരു നീക്കും. ഇല്ലെങ്കിൽ നമ്മുടേത് നീക്കി തരും. എന്നെ, നിർബ്ബന്ധിച്ച്, പേടിപ്പിച്ച്, എന്നെ പഠിപ്പിച്ചതാണ്; വെറും നാലാം വയസ്സിൽ. ഇടയ്ക്ക് വരുമ്പോ, ഒരു എതിരാളിയാക്കാൻ.

നമ്മള് കളിയിൽനിന്ന് രക്ഷപെടാൻ പറയും.

“അയ്യോ. കാലിൽ അട്ടയിരിക്കുന്നു..”

“അതവിടിരിക്കട്ടെ. നീ കളി.”

“അട്ട ചോരയൂറ്റി നിവൃതിയിൽ സ്വയം പൊഴിഞ്ഞു വീഴും.”

അദ്ദേഹം പോകുമ്പോഴാണ് അമ്മൂമ്മ (അമ്മയുടെ അമ്മ; അമ്മയെ സഹായിക്കാൻ അവിടുണ്ട്) പയ്യെ പതുങ്ങി വന്ന്, ഒരു മടന്ത (കാട്ടുചേമ്പ്) യുടെ ഇലയിലേയ്ക്ക് അട്ടയെ തോണ്ടിയിടുന്നു.

“എന്തിനാ അമ്മൂമ്മാ?”

“വളംകടി:” അമ്മൂമ്മ പറയും.

അമ്മൂമ്മയ്ക്ക് ഈ നനഞ്ഞ മണ്ണിൽ നിന്നാൽ ഉടൻ വളംകടി പിടിക്കും. ചെരിപ്പിട്ട് ശീലിച്ചിരുന്നതുമില്ല. ചൊറിഞ്ഞ്, ചൊറിഞ്ഞ് ഉറങ്ങാനൊക്കില്ല. വിരലുകൾക്കിടയിൽ നീർക്കെട്ടു പൊങ്ങി വരും. ചോരയിലാണ് അണുവിന്റെ വാസം. പൊട്ടിച്ചാലും ചൊറി മാറില്ല. ആദ്യമൊക്കെ രാത്രി നൂലു കൊണ്ട് വിരൽ ചുറ്റിക്കെട്ടി, പിന്നു കൊണ്ട് കുത്തി, ചോര കളഞ്ഞാൽ കുറച്ച് ആശ്വാസമാകും. പക്ഷേ, പിന്നെയും വരും. പിന്നീടാണ് അട്ടകളെ കൂട്ടുപിടിച്ചത്.

അട്ടയുമായി അമ്മൂമ്മ എങ്ങോട്ടാണ് പോകുന്നത്?

ഞാൻ പിന്നാലെ ചെല്ലും. പടിഞ്ഞാറുവശത്തുള്ള ഒരു ഊറ്റിൽ, അമ്മൂമ്മ അണകെട്ടി നിർത്തിയിരിക്കുന്ന വെള്ളത്തിലേക്ക് അതിനെ ഇടുന്നു. അത് കരിഞ്ഞ കരിയില പോലെ പത്തു പതിനഞ്ച് അട്ട കിടപ്പുണ്ട്.

അമ്മൂമ്മയെ അട്ടയെ വളർത്തുന്നു. അട്ട നഴ്സറി!

അമ്മൂമ്മ ഓടിക്കും: "പോ. പോ സ്കൂളിൽ പോകാൻ നേരമായി."

രാത്രി വളംകടി കൂടും. പിന്നെ അമ്മൂമ്മ പഠിച്ചു. നേർത്ത ഓലമടലു കൊണ്ട് രണ്ടുമൂന്ന് അട്ടകളെ നഴ്സറിയിൽ നിന്ന് എടുത്ത് ചിരട്ടയിൽ ഇട്ടിരിക്കും. അതിനെ എടുത്ത് കാലിലെ വിരലുകൾക്കിടയിലെ നേർത്ത തൊലിയിൽ പിടിപ്പിക്കും. ദുഷിച്ച ചോര പോയാൽ, രണ്ടു ദിവസം ആശ്വാസമാണ്.

അമ്മൂമ്മ അട്ടകളെ വളർത്തുന്നത് അതിന് മാത്രമായിരുന്നില്ല.

ഒരു അവധി ദിവസം.

നല്ല മണമുള്ള ഒരു വയസ്സൻ മുസൽമാൻ വന്നു. താടി സുന്ദരമായി കത്രിച്ചു നിർത്തിയിരിക്കുന്നത്, ആദ്യമായി കാണുകയാണ്. താടി നരച്ചുപോയാൽ, പിന്നെ നമ്മൾ വെട്ടുകയോ, കോതുകയോ ഒന്നും ചെയ്യാതെ, അങ്ങ് മരിക്കണമെന്നായിരുന്നു എന്റെ ധാരണ.

ആ ഇക്കാക്ക, കൈയിലെ ട്രങ്കു പെട്ടി ഞങ്ങളുടെ കുടിലിന്റെ മുന്നിൽ വച്ചു. അമ്മൂമ്മ അങ്ങേരുമായി വീടിന്റെ പിറകിൽ വയലിലേക്ക് പോയി. ഊറ്റ് കെട്ടി നിർത്തിയ അണ തുറന്നു വിട്ടു. ഇക്കാക്ക ഒരു കുപ്പി കൊണ്ടു വന്നിരുന്നു. അതിലേക്ക് അമ്മൂമ്മ അട്ടകളെ തോണ്ടി ഇട്ടു കൊടുത്തു. അടച്ചു കൊടുത്തു. അങ്ങേർ പകരം ട്രങ്കു പെട്ടി തുറന്നു. അതിൽ നിന്ന് അമ്മൂമ്മയ്ക്കൊരു സമ്മാനം കൊടുത്തു. നെഞ്ചെരിച്ചിലിലും ശ്വാസം മുട്ടലിനും ബെസ്റ്റാണ്.

അമ്മൂമ്മ പറഞ്ഞു തന്നു: "അറബ് വൈദ്യനാണ്."

അറബി വൈദ്യത്തിൽ കുളഅട്ടയെ കൊണ്ട് ചോര കുടിപ്പിച്ച് ഭേദമാക്കുന്ന ഇനമുണ്ടു പോലും. പക്ഷേ, അട്ടയെ കിട്ടാനില്ല. അമ്മ പഠിപ്പിച്ചു കൊണ്ടിരുന്നത്, ഒരു മുസ്ലീം കുടുംബത്തിന്റെ മാനേജ്മെന്റ് സ്കൂളിലായിരുന്നു. അവിടെ ആരുടെയോ ശുപാർശയിലാണ്, ഈ അറബ് വൈദ്യൻ, എത്തിയിരിക്കുന്നത്.

പിന്നൊരിക്കൽ വന്നപ്പോൾ അയാൾ ചോദിച്ചു.

"ഇതിനെന്താ തീറ്റ?"

"എന്റെ ചോര!" അമ്മൂമ്മ പറഞ്ഞതു കേട്ട് അയാൾ പേടിച്ച മട്ടിൽ നോക്കി.

അട്ടപിടിത്തത്തിൽ അമ്മൂമ്മ പിന്നെ വിദഗ്ദ്ധയായി. ഒരു ചിരട്ട. പ്ലാവിലയിൽ അല്പം ചുണ്ണാമ്പ്. അതു മതി. തെളിഞ്ഞ വെള്ളത്തിൽ, മൂലയിൽ കല്ലിലൊക്കെ പിടിച്ചിരിക്കുകയാവും കുളഅട്ടകൾ. വെള്ളത്തിലൊരു ജീവിയിറങ്ങിയിരിക്കുന്നുവെന്ന് ഓളത്തിന്റെ രീതി കൊണ്ട് അത് തിരിച്ചറിയും. ജീവന്റെ ചൈതന്യമായ ഊഷ്മാവിലേക്ക് അവ നീന്തിച്ചെല്ലും. അമ്മൂമ്മ ഇടത്തേ വിരൽ വച്ചു കൊടുക്കും. അവ അതിൽ തൂങ്ങും. എടുത്ത് വലത്തേ വിരലിലെ ചുണ്ണാമ്പു കൊണ്ട് അട്ടയുടെ വായിലൊന്ന് തൊടും. മുലയിൽ ചെന്നിനായകം പെരണ്ട കുഞ്ഞിനെ പോലെ, അപ്പോഴേ, അത് ഒന്ന് വിറച്ച് പിടി വിടും. അത് ചിരട്ടയിൽ വീഴും.

അമ്മൂമ്മയുടെ ഹൃദയാരോഗ്യം ആകെ തകരാറിലായിരുന്നു. വലിയ കാലപ്പഴക്കമില്ലെന്നും ഇംഗ്ലീഷ് വൈദ്യൻ സൂചിപ്പിച്ചു. പക്ഷേ, ഒരാശുപത്രിയിലും പോകാതെ അമ്മൂമ്മ പിന്നെയും ആറേഴു കൊല്ലം ജീവിച്ചു. അത് അട്ടകളുമായുള്ള സഹവാസം കാരണമാണെന്ന് അമ്മ വിചാരിക്കുന്നു. ഈ അട്ടപ്രയോഗത്തിലൂടെ ദുഷിച്ച രക്തം ഒരുപാട് ഒലിച്ചു പോയതുകൊണ്ട് ചില ഗുണമാറ്റങ്ങൾ ദേഹത്തുണ്ടാകുമെന്ന്.

എന്തായാലും പരാന്നജീവികളോടൊക്കെ ശിഷ്ടകാലത്ത് സഹതാപമേ തോന്നാവൂ എന്നൊരു പാഠമായിരുന്നു അത്. ലോകത്ത് ആകെ കണ്ടു പിടിക്കപ്പെട്ട ജീവഗണങ്ങളിൽ മൂന്നിലൊന്നും പരാന്നഭോജികൾ അഥവാ ഇത്തിൾകണ്ണികളാണ് പോലും. ഇതിൽ ഭൂരിഭാഗവും ഒന്നോ, അല്ലെങ്കിൽ രണ്ടോ മൂന്നോ ജന്തുഗണങ്ങളെ മാത്രം ആശ്രയിച്ച് ജീവിക്കുന്ന പാവങ്ങളാണ്. അമ്മ പറഞ്ഞത് നേരായിരിക്കും. കണക്കുകൂട്ടലുകളിൽ, അതീവജാഗ്രതയിലുള്ള പ്രപഞ്ചം എന്തോയൊരു മെച്ചം, ആ ജന്തുവിന്റെ കടി വഴി, മറ്റേ ജന്തുവിന് നന്ദി രൂപത്തിൽ തിരികെ നല്കുന്നുണ്ടാകും.

അടുത്തിടെ, അമ്മയുടെ ഹൃദയാരോഗ്യം പരിശോധിക്കാൻ തിരുവനന്തപുരത്തെ ഒരു ഭയങ്കരൻ ഡോക്ടറെ ചെന്നു കണ്ടു. ശ്വാസംമുട്ട് തന്നെ. വൈദ്യൻ മൂന്ന് ഗുളിക കൊടുത്തിട്ട് പറഞ്ഞു. "ജീവിതകാലം മുഴുവൻ കഴിക്കണം."

ശേഷം ഗുണദോഷിച്ചു:

അമ്പത്തഞ്ചു വയസ്സു കഴിഞ്ഞ സകലരും ഇത് കഴിക്കണം. ചോര നേർത്തിരിക്കാനുള്ളതാണ് ഈ ഔഷധം.. മസ്തിഷ്തക, ഹൃദയാഘാതം എപ്പഴും വരാം.

തിരിച്ചിറങ്ങുമ്പോ അമ്മ തമാശ പറഞ്ഞു: "ആ പണിയല്ലേ, നമ്മുടെ വയലിലെ അട്ടകൾ ചെയ്തിരുന്നത്."

ഞാൻ അനുകൂലിച്ചില്ല. അല്ലെങ്കിൽ തന്നെ, അമ്മ ഈ മരുന്നൊന്നും കഴിക്കാൻ പോകുന്നില്ല.

അമ്മൂമ്മ ഒരുദിവസം, ഞങ്ങളുടെ കൊട്ടിലിന്റെ മുന്നിലിരിക്കുകയായിരുന്നു. പഠിത്തമുള്ള ദിവസമാണ്. വയസ്സായ ഒരു ഓലമെടച്ചിൽകാരി മാത്രം പണിക്കുണ്ട്. അവര് ഇച്ചിരി വെള്ളം കുടിക്കാൻ ചോദിച്ചു. അത് കൊടുത്തു. അപ്പോ അമ്മൂമ്മ അതീന്ന് കുറച്ചു വെള്ളം തിരിച്ചു ചോദിച്ചു; ആംഗ്യത്തിലൂടെ. കൈയെത്തിച്ചു. ഗ്ലാസിലെത്തും മുമ്പേ ചെരിഞ്ഞു വീണു മരിച്ചു.

അമ്മൂമ്മയുടെ കുളയട്ടകളൊക്കെ അനാഥമായി. പിന്നീടാ ഊറ്റു കുഴിയിലെ കുളഅട്ടകളൊക്കെ എങ്ങോട്ട് പോയെന്ന് ആരും അന്വേഷിച്ചില്ല. നാട്ടിൽ പക്ഷികളും മാടുകളും കുറഞ്ഞു. നെൽകൃഷി കുറഞ്ഞു. കൊയ്ത്തുകാരികൾ വെള്ളത്തിൽ ഇറങ്ങാതായി. വെള്ളത്തിലിറങ്ങുന്ന ജീവികൾ കുറഞ്ഞു. വെള്ളം കണ്ടാൽ പേടിയും ചെളി കണ്ടാൽ അറപ്പുമുള്ള തലമുറ വന്നു. മിക്ക വയലിലും കുളഅട്ടകൾ കുറഞ്ഞു. പലയിടത്തും കാണാതായി. ആരും അന്വേഷിച്ചില്ല. മനുഷ്യജീവിതത്തിൽ അതിനെന്താണ് പ്രസക്തി? ആഴം കുറഞ്ഞ വയലുകളിൽ നിന്ന് തടം കോരി ആഴം കൂടിയപ്പോൾ അവയ്ക്ക് പിടിച്ചിരിക്കാൻ വെള്ളത്തിൽ പാറകളും ചെടികളും ഇല്ലാതായി. ആഴത്തിലേക്കാണ്ട് മുങ്ങിച്ചത്തു കാണും.

അതിന്റെ ആന്റി ക്ലൈമാക്സ് ഇതായിരുന്നു:

കുറച്ചു നാൾ മുമ്പ് ഞാൻ പൊന്മുടിയിൽ പോയി. തിരികെ വരുമ്പോൾ കല്ലാറിലിറങ്ങി ഒന്നു രണ്ടു മണിക്കൂർ കിടന്നു. ഇടയ്ക്ക് കാൽപത്തിക്കു മുകളിൽ എന്തോ വേദന. സൂചിയുടെ അത്രയുമുള്ള ചുവന്ന പൊട്ട് കണ്ടു. രണ്ടു ദിവസം കഴിഞ്ഞ് നീരു കയറി. ഒരാഴ്ച കഴിഞ്ഞപ്പോഴും കുറഞ്ഞില്ല. എല്ല് വിദഗ്ദ്ധനെ കാണിച്ചു. അദ്ദേഹം നന്നായി പരിശോധിച്ചിട്ടു പറഞ്ഞു. ഒടിവില്ല. വല്ലതും കടിച്ചതാണെങ്കിൽ വിഷമുള്ളു കാണണം. അതും കാണുന്നില്ല.

മൂന്നു മാസമായിട്ടും നീരു മാറാതായപ്പോൾ പ്രായം ചെന്ന ഒരു ആയുർവേദ വൈദ്യനെ കാണിച്ചു. അയാൾ പറഞ്ഞു. കടിച്ചതു തന്നാണ്. വിഷമുള്ള് എങ്ങനെ കാണാനാണ്? അങ്ങനെ വല്ല നിയമമുണ്ടോ? നമ്മളൊരാളിനെ കടിച്ചാൽ പല്ലിവിടെ ഇളക്കി വച്ചിട്ടാണോ തിരിച്ചു പോവുക. ഒരു കാര്യം പറയാം. ഈ നീരു എളുപ്പം പോകില്ല. നിങ്ങളുടെയൊന്നും ദേഹത്തു നിന്ന് ദുഷിച്ച ചോര പോകുന്നില്ല ഹേ! ഷേവു ചെയ്യാനുള്ള ബ്ലേഡു പോലും ഇപ്പോ പോറാത്ത ഇനമല്ലേ? ഒരു കൊതുകു കടിക്കാൻ നിങ്ങൾ സമ്മതിക്കില്ലല്ലോ. വിഷം നിറച്ച അറയിലല്ലേ ഉറക്കം വരെ.

ഞാൻ ചോദിച്ചു: "പിന്നെന്ത് ചെയ്യും?"

"ഒരു മാർഗ്ഗമുണ്ട്. കുളഅട്ടയെ കൊണ്ട് ആ ഭാഗത്തൂന്ന് ചോര ഊറ്റി കളയണം. കിട്ടാൻ വഴിയുണ്ടോ?"

ഞാൻ ചോദിച്ചു: "ഇല്ല."

ആക്ഷേപിക്കുന്ന മട്ടിൽ വൈദ്യൻ ചോദിച്ചു

"കണ്ടിട്ടുണ്ടോ?"

ഞാൻ സത്യം പറഞ്ഞു: "ഇല്ല."

മനസ്സിൽ പറഞ്ഞു. സത്യമാണ്. ഇപ്പോഴൊരു ഇരുപതു കൊല്ലമായി കാണും, ഞാനൊരു കുള അട്ടയെ കണ്ടിട്ടിട്ട്.

പ്രാദേശികമായ വംശനാശം. നമുക്ക് അതൊരു പ്രശ്നമല്ല. പക്ഷേ, തോന്നലാണ്. ലോകത്തിന് അങ്ങനെയല്ല. അതിന്റെ താളം പരസ്പരം ബന്ധിച്ചു കിടക്കുകയാണ്.

അതു മനസ്സിലായത്, ഞങ്ങൾ കുറച്ചു ഭൂമി വാങ്ങിക്കാൻ തുടങ്ങി, ശേഷം അച്ഛന്റെ ദേഹത്തേക്ക് ഹോചിമിന്റെ പ്രേതം കയറിത്തുടങ്ങിയ ശേഷമാണ്.

2

മാക്രി

തുണ്ടു കര വാങ്ങിക്കാനായിരുന്നു പിന്നെ അമ്മയുടെ ശ്രമം. അച്ഛൻ മയത്തിൽ പറഞ്ഞു. "ആദ്യം ഇത്തിരി നിലം വാങ്ങിക്കാം."

പിന്നെ രഹസ്യം പറയുന്നതു പോലെ പറഞ്ഞു: "നിലത്തിനിപ്പോ വില വളരെ കുറവാ.. ങാ.."

കൃഷി കൊടിയ നഷ്ടവും, കൃഷിക്കാരനെന്ന് പറയുന്നത് അപമാനവുമായി തോന്നിത്തുടങ്ങുകയും ചെയ്തു തുടങ്ങിയിട്ടുണ്ട്. കിട്ടിയ കാശിന് നിലം കൈയൊഴിയുന്ന കാലം.

അങ്ങനെ വില കെട്ട കാലത്ത്, ഞങ്ങൾ പത്തിരുപത് സെന്റ് നിലം വാങ്ങുന്നത്. നെല്ല് വിതച്ചു. തൈ പിരിച്ചു വച്ചു. കൊയ്യാറായപ്പോൾ ആളില്ല. നിലത്തിൽ പണിയെടുത്തിരുന്ന പെണ്ണുങ്ങൾക്കെല്ലാം അണ്ടിയാപ്പീസിൽ പണിയുണ്ട്. ആഫ്രിക്കയിൽ നിന്ന് തോട്ടണ്ടി, കപ്പൽ കണക്കിന് കൊച്ചിയിൽ വന്നിറങ്ങി. അവിടുന്ന് കൊല്ലത്തേക്കും. അണ്ടി തല്ലുമ്പോൾ, കൈയിൽ കറ കയറും. കറുകറാ ആകും. ആ കൈ പിടിച്ച് മണത്താൽ കറയും എണ്ണയും കൂടി കനച്ച മണമാണ്. എന്നിട്ടും ആ കൈ മണത്തു നിന്ന കാമുകന്മാർ അന്നുണ്ടായി. അവരാ ജോലി ഇഷ്ടപ്പെട്ടു.

എന്റെ വീടിന്റെ ഒന്നര - രണ്ട് കിലോമീറ്റർ ചുറ്റളവിൽ തന്നെ മൂന്നു വലിയ അണ്ടിയാപ്പീസ് ഉണ്ടായിരുന്നു. രാവിലെ ഏഴര മണി ആകുമ്പോഴേക്കും ലായത്തിന്റെ ഗേറ്റു തുറന്നു വിട്ട പന്തയക്കുതിരകളെപ്പോലെ, പെണ്ണുങ്ങളുടെ ഓട്ടം തുടങ്ങും. എട്ടു മണിക്ക് കമ്പനീല് കുഴൽ ഊതുന്നതിന് മുമ്പ് കേറണം. അതുവരെ ജീവിതത്തിലൊരു സമയക്രമം ഇല്ലായിരുന്നു. സിസ്റ്റത്തിന്റെ രസം അവർക്ക് പിടിച്ചു പോയി. അതിലൊരു ഉദ്യോഗത്തിന്റെ ഗമയുണ്ട്. അല്ലെങ്കിൽ തന്നെ, അവർ കാലാകാലമെ

ല്ലാം ചേറിലേ നില്ക്കാവൂ എന്ന് ശഠിക്കാനാവുമോ? മാറ്റം നമുക്ക് മാത്രം പറഞ്ഞിട്ടുള്ളതല്ലല്ലോ!

അങ്ങനെ ഓല മെടയാൻ പോലും ആളെ കിട്ടാനില്ലാതായി. അക്കൻ, ധൈര്യമായി ഓലയെടുത്ത് വെള്ളത്തിലിട്ടോയെന്ന് പറഞ്ഞിട്ട് പോയാൽ, പിന്നെ കാണില്ല. ഓല ചീഞ്ഞ് നാറുമ്പോ വേവലാതിയാണ്. നിവൃത്തിയില്ലാതെ അമ്മ ഓല മെടയാൻ ശ്രമിച്ചു. ഞങ്ങളെ പഠിപ്പിച്ചു. മെടഞ്ഞു. ശരിയായില്ല.

അതു പോലെ, അന്ന് നിവൃത്തിയില്ലാതെ അമ്മയിറങ്ങി കൊയ്യാൻ നോക്കി. ഇടയ്ക്ക് ചെളിയിൽ നിന്ന് വെളിയിൽ വന്നപ്പോ, കാലിൽ അഞ്ചോ ആറോ കുളഅട്ട. പേടിച്ചു നിലവിളിച്ചു. ഒരു സർക്കാർ വാദ്ധ്യാരുടെ മകൾ, ചെളിക്കുണ്ടിൽ അങ്ങനൊരു അപകടം പ്രതീക്ഷിച്ചിരുന്നില്ല. അമ്മൂമ്മ ഓടി കുറേ ഉപ്പെടുത്ത് കലക്കി ഒഴിച്ചതോടെ, അത് പിടി വിട്ടു പോയി. കൊയ്യാൻ ബാക്കികിടന്നു. അമ്മ കുളഅട്ടകളെ പേടിച്ച് വീണ്ടുമിറങ്ങിയില്ല. ചെറിയ സഹജീവികളുടെ ലോകത്തോട് അമ്മ പൊരുത്തപ്പെട്ടു തുടങ്ങിയത് പിന്നീടാണ്.

അച്ഛൻ സഹകരണബാങ്കിലെ ഉദ്യോഗവും ചെറുപ്പത്തിലെ കൂട്ടുചേരും കഴിഞ്ഞ്, ആളെ ഒപ്പിച്ചുകൊണ്ട് വന്നപ്പോഴേക്കും രണ്ടു ദിവസം കഴിഞ്ഞിരുന്നു. അതിനിടയിൽ തെക്കു നിന്ന് പത്തറുപത് നാട്ടുതത്തകൾ വന്ന് ഉത്സവം കൊണ്ടാടിയിട്ടു പോയി. ബാക്കി കണ്ടത്തിൽ വീണു കുരുത്തു. അങ്ങനെ ആദ്യം തന്നെ നെൽകൃഷിയോടു വിരോധം പൂർണ്ണമായി. ഫുട്ബോൾ കളിപോലെ അതൊരു ടീം വർക്കാണ്. ഇന്നും നെൽവയലുള്ളവനേ, അറിയൂ, അതു കൊണ്ടുള്ള പങ്കപ്പാട്. വിഷമില്ലാത്ത അരി വേണമെന്ന് ആശ മിക്കവർക്കുമുണ്ട്. വാങ്ങിക്കാനും ആളുണ്ട്. നെൽവയലിൽ ഇത്ര തോതിൽ ഉല്പാദനം നടക്കണമെന്ന് കർക്കശമായ വാശി വേണ്ടത് സർക്കാരിന് കൂടിയാണ്. അതിനുള്ള സഹായം ഉണ്ടാക്കി കൊടുക്കേണ്ടതും കൃഷിവകുപ്പും സർക്കാരുമാണ്. അത് 108 ആംബുലൻസ് പോലുള്ള സംവിധാനമാകണം. എപ്പോവിളിച്ചാലും പണിക്കാരുണ്ടാകണം. മേൽനോട്ടം സർക്കാരിനാകണം. നഷ്ടമുണ്ടായാൽ അവർ വഹിക്കണം. എങ്കിൽ വയൽ പലരും വില്ക്കില്ല. നികത്തിയ വയലുകൾ കുറേയെങ്കിലും തിരികെ വരും.

ഇപ്പോൾ ഭൂമാഫിയ ചെയ്യുന്നത്, വലിയൊരു നിലം വാങ്ങും. പിന്നെ വാഴ വയ്ക്കും. പിന്നെ തെങ്ങു വയ്ക്കും. മതിലിന് മുകളിലേക്ക് ഓലയുടെ നാമ്പു വന്നാൽ, മതിലു വയ്ക്കും. സ്വകാര്യഭൂമിയെന്ന് ബോർഡ് വയ്ക്കും. അകത്തേക്ക് കാണാൻ പറ്റാത്ത വലിയ ഗേറ്റു വരും. അതിലൂടെ കുന്നിടിച്ച മണ്ണു വരും. പിന്നെ സർക്കാർ എല്ലാം ക്രമപ്പെടുത്തി കൊടുക്കുന്നതോടെ ഓക്കെ. നഗരങ്ങളിലെ പുഴയുടെ അരികും ഇങ്ങനെയാണ് ഇടിക്കുന്നത്. അകം കാണാത്ത ഗേറ്റിടും. ശേഷം കരയിടിച്ച് പുഴയിലേക്കിടും. പുഴയിലേയും തീരത്തേതും നനഞ്ഞ മണ്ണ് കൂടിക്കുഴയുന്നത് പാണ്ടിലോറിക്ക് ലക്ഷങ്ങൾ വില വരുന്ന മണലാകും. പുഴ ആ

പുരയിടം മുഴുവൻ വ്യാപിക്കുമ്പോൾ, കുന്നിടിച്ച മണ്ണു വരും. മണൽ ചാക്കുകൾ നിരത്തി, കുറച്ചു പുഴയും ചേർത്ത് പുതിയ അതിരു വരും പുരയിടമായി. വീണ്ടും വാഴ.. തെങ്ങ്.. കോടികളുടെ ഏർപ്പാട്. ഇതിനൊക്കെ ഉപദേശം, മണൽചാക്കുകൾ, യന്ത്രങ്ങൾ, എന്തിന് ഗേറ്റ്, മതിൽ വരെ റീ സൈക്കിൾ ചെയ്യും. ഒരു അധോലോകം.

ഒരു ദിവസം അച്ഛൻ പറഞ്ഞു: "ഇതിനോട് ചേർന്ന് 16 സെന്റ് നിലം കിടക്കുന്നു. വാങ്ങിക്കാം."

"വീടു വയ്ക്കണ്ടേ..": അമ്മ ചോദിച്ചു.

"ഇതു കഴിഞ്ഞ് മതി."

കടം വാങ്ങിയതും കൈയിലുള്ളതും ലോണെടുത്തും, ശമ്പളത്തിലെ നീക്കിയിരിപ്പും, കോഴി, താറാവ് മുട്ട വിറ്റതുമൊക്കെ വച്ച് ആ നിലവും വാങ്ങി. അമ്മയ്ക്കറിയാമായിരുന്നില്ല, അച്ഛൻ വയലിന്റെ ഹൃദയത്തിൽ വീണു പോയിരുന്നു. വെളുപ്പിനെഴുന്നേറ്റ് രാവിലെ ഒൻപതേ മുക്കാൽ വരെ അച്ഛൻ വയലിലായിരുന്നു.

ശേഷം ഓടി, രണ്ടുതൊട്ടി വെള്ളം തലയിൽ കോരിയൊഴിച്ച് ആപ്പീസിലേക്ക് പായും. കാലിലെ ചെളി പലപ്പോഴും ഉണങ്ങി അങ്ങനെ തന്നെ ഇരിപ്പുണ്ടാവും.

പിന്നെ കുറേ നാൾ കഴിഞ്ഞ് ഇത്തിരി പണമൊക്കെ സ്വരൂപിച്ച് വച്ചപ്പോഴാണ് അച്ഛൻ പറഞ്ഞത്: "അപ്പുറമൊരു രണ്ടര പറ കണ്ടം കിടക്കുന്നു. അതു കൂടി വാങ്ങിക്കാം." മതി.

അമ്മ ബലം പിടിച്ചില്ല. വെള്ളക്കെട്ടിന്റെ രസത്തിൽ അമ്മയും പെട്ടുപോയിരുന്നു. അതിലച്ഛൻ ജയിച്ചു. പിന്നീടാണ് വീട് വയ്ക്കാൻ അച്ഛന് താല്പര്യമില്ലാത്തിരുന്നതിന് പിന്നിൽ കളിച്ച ഗൂഢാലോചനക്കാരനെ അമ്മയ്ക്ക് പിടി കിട്ടിയത്. ഹോച്ചിമിൻ.

ആറിൽ പഠിക്കുമ്പോൾ, സ്കൂളിൽ നിന്ന് ചില കൂട്ടുകാർ എന്റെ വീടു തപ്പി വന്നപ്പോഴാണ് എനിക്ക് ആദ്യം നാണക്കേടു തോന്നിയത്. വരുന്ന കൂട്ടുകാർക്കെല്ലാം അച്ഛൻ ഇഷ്ടം പോലെ പച്ചക്കറി പറിച്ച് കൊടുക്കും. മധുരക്കിഴങ്ങ്, കൂർക്ക, ഇഞ്ചി, ചേന, മഞ്ഞൾ ഒക്കെയും വലിയ കൃഷിയാണ്. അച്ഛൻ ഇതൊക്കെ കാണിക്കാൻ വലിയ സന്തോഷം. എനിക്കാണെങ്കിൽ പലകക്കൊട്ടിലിലാണ് ഞാൻ കിടക്കുന്നതെന്നത് കൂട്ടുകാർ കണ്ടതിന്റെ വിഷമം.

ഞാൻ പറഞ്ഞു: "അച്ഛാ, നമുക്കൊരു വീടു കെട്ടണം."

അച്ഛൻ പിറകോട്ടു നോക്കിയിട്ട് ഒരു പ്രഭാഷണം നടത്തി: "ടാ, വീടെന്ന് പറയുന്നത്, കിടന്നുറങ്ങാനുള്ള സ്ഥലമാ. നന്നായി വിയർത്ത്, അദ്ധ്വാനിച്ച്, മനഃസമാധാനത്തോടെ ചെന്നു കിടന്നാൽ, ഏതുതിണ്ണയിൽ കിടന്നാലും ഉറക്കം വരും. നമ്മുടെ വീട്, കൃത്യമായി ഓല മേയുന്നുണ്ട്. നിന്റെ പുറത്ത് മഴ വീഴുന്നുണ്ടോ?"

"ഇല്ല."

“നമ്മടെ വീട് ചെറ്റപ്പൊരയല്ല. ചിതലു കേറി, ചെറ്റ പൊടിഞ്ഞ് അതിലൂടെ പട്ടി കേറി, നിന്റെ ചോറുകലം തട്ടികമിഴ്ത്താറുണ്ടോ?”

“ഇല്ല.”

“അങ്ങനെ നീ പട്ടിണി കിടന്നിട്ടുണ്ടോ?”

“ഇല്ല.”

“ഇഷ്ടപ്പെട്ട ആഹാരം, ഉടുപ്പ്, പുസ്തകം എന്തിനെങ്കിലും മുട്ടുണ്ടോ?”

“ഇല്ല.”

“പൊക്കോ..”

പോകുമ്പോ ഇല്ലാ.. ഇല്ലായുടെ വേദനയിൽ ഞാൻ കരഞ്ഞു.

അച്ഛൻ അല്പമൊന്ന് മയത്തിൽ വിളിച്ചു.

“മക്കളിങ്ങു വാ..”

അപ്പോ ഞാൻ തർക്കിച്ചു: “എന്റെ അമ്മ ടീച്ചറല്ലേ, അച്ഛൻ ബാങ്കിലല്ലേ..”

അച്ഛൻ പറഞ്ഞു: “നീ ഹോചിമിനെന്നു കേട്ടിട്ടുണ്ടോ?”

“എനിക്കു കേൾക്കണ്ട..”

അച്ഛൻ ദേഷ്യപ്പെട്ടു. പിന്നെ മയമില്ലാതെ പറഞ്ഞു.

“അച്ഛൻ വീടിന്റെ പടിഞ്ഞാറു വശത്ത്, ചായ്പിൽ കുറേ പാണ്ടികള് താമസിക്കുന്നുണ്ട്. നീ അവിടത്തെ പിള്ളേരെ ചെന്ന് കാണ്. അപ്പോ മനസ്സിലാകും.”

അച്ഛൻ വീടെന്ന് പറയുന്നത്, അച്ഛന്റെ കുടുംബവീടാണ്. ഇടത്തരം നാലുകെട്ട്. പത്തിരുനൂറ് കൊല്ലം പഴക്കം.

പക്ഷേ, ഞാൻ കാണുന്ന കാലത്ത്, അപ്പൂപ്പനുൾപ്പെടെ ആറു സഹോദരങ്ങൾക്ക് ഓഹരി തിരിച്ച്, ഓരോരുത്തരായി വിറ്റു പൊയ്ക്കൊണ്ടിരിക്കുകയായിരുന്നു. എന്റോർമ്മയിൽ മൂന്നു സഹോദരങ്ങളുടെ കുടുംബമാണ് ആ നാലുകെട്ടിൽ. നടുത്തളത്തിന്റെ നടുക്ക് മതിൽ കെട്ടിത്തിരിച്ചിട്ടുണ്ട്, മറുഭാഗക്കാർ. അതിനാൽ വെള്ളം നടുക്കു ഒരു കുളം പോലെ ഉയരും. അതിന് തോന്നുമ്പോ താഴും. കെട്ടിന്റെ പിറകിലാണ് എന്റെ അപ്പൂപ്പന്. അടുക്കളയില്ലാത്തതിനാൽ തെക്കു വശത്തൊരു ചായ്പ്. കെട്ടിനകത്ത് ആകെ മൂന്ന് അറ(ബെഡ് റൂം) മാത്രം. ഓരോന്ന് ഓരോരുത്തർക്ക്. ആർക്കും കിടക്കാനാവില്ല. ജനാല പോലുമില്ല. ശ്വാസംമുട്ടും. ലൈറ്റിട്ടാലും, മരത്തിന്റെ ചുവരും നനഞ്ഞ ഓടിന്റെ ഗന്ധവുമൊക്കെയായി, വെളിച്ചത്തിന് പോലുമൊരു ഇരുണ്ട ചുവയാണ്. അപ്പൂപ്പൻ വേറെ വീട് വച്ച് മാറിയതു കൊണ്ട് ചായ്പ് വെറുതെ ചാരം മൂടി കിടന്നു. അതിന്റെ ഒരു പങ്കാണ് തമിഴന്മാർക്ക് കൊടുക്കുന്നത്. മൂക്കളയൊലിപ്പിച്ച് ആറേഴു പിള്ളേർ. തുപ്പലുമിഠായി ഉണ്ടാക്കുന്നതാണ് പണി. കയറിന്റെ യന്ത്രം പോലെ ഒന്നുണ്ട്. അതിലൂടെ മിഠായി വലിച്ചു നീട്ടിക്കൊണ്ടൊരു ചെറക്കൻ നടക്കും. മുതിർന്നൊരുത്തൻ പിടിച്ചു കൊടുക്കും. പിടിവിട്ടാൽ തന്ത വന്ന് തല്ലും. തല്ലെന്ന് വച്ചാ, കണ്ണെന്നില്ല, മൂക്കെന്നി

ല്ല, തലയെന്നില്ല. മൂക്കള ഒലിച്ച മുഖം പൊതമണ്ണിൽ ഇടിച്ചുവീണ്, പൊടിയുമായി, ദേഹം മുഴുവൻ ചാമ്പലിന്റെ നിറത്തിലിരിക്കുന്ന കുഞ്ഞുങ്ങൾ കരയും.. ആ മണ്ണും പൊടിയുമൊക്കെയായി, തമിഴിൽ ആരെയൊക്കെയോ പ്രാകിക്കൊണ്ട് ആ തമിഴൻ ആ മിഠായികൾ ചുരുട്ടും. പിന്നത് കൊണ്ടു വില്ക്കാൻ നടക്കും. തുപ്പലു മിഠായിയെന്നും റബ്ബറു മിഠായിയെന്നും പറയും.

പക്ഷേ, എന്റെ ബൂർഷ്വാ ചിന്താഗതിയിൽ ആ പാവങ്ങളുടെ ഗതിയൊന്നും സ്പർശിച്ചില്ല.

അച്ഛൻ തുടരുകയാണ്: "ഹോചിമിൻ കിടന്നത് ഇതിനേക്കാൾ ഗതികെട്ട പുരയിലാണ്. പ്രസിഡന്റായപ്പോഴും, പലക വീട്ടിൽ. അതീ കെടന്ന് അങ്ങേര് അമേരിക്കയെ പെടുപ്പിച്ചിട്ടുണ്ട്. സ്വന്തം കാലില് വളർന്നു വന്നോളണം. കഴുവേർടമോൻ."

അപ്പോഴേക്കും അമ്മ നടന്നു വന്നു. തർക്കം അമ്മ ഏറ്റെടുക്കുമെന്ന് കണ്ട്, അച്ഛൻ ഓടി വയലിന്റെ വേറൊരു ഭാഗത്തേക്ക് വേഗം, ഓടുന്ന മട്ടിൽ പോയി, അവിടുത്തെ കൃഷിയിൽ ശ്രദ്ധിച്ചു. എന്റെ സങ്കടം അമ്മയ്ക്ക് മനസ്സിലായി.

അമ്മ എന്നെ സപ്പോർട്ട് ചെയ്തു: "എന്തോ ചോദിച്ചാലും, കോച്ചിമി.. കോച്ചിമി.."

ദൂരെ, വയലിന്റെ മറ്റേ കോണിൽ നിന്ന് അച്ഛൻ എന്നെ കൈയാട്ടി വിളിച്ചു; ഞാൻ ചെന്നില്ല.

അമ്മ പറഞ്ഞു: "ചെല്ല്. അനുസരിക്കണം. മിണ്ടാതെ കേട്ടോണ്ട് നിന്നാ മതി."

അച്ഛൻ ദൂരെ, പടിഞ്ഞാറ്റതിലുള്ള ഉമ്മയുടെ ചെറ്റപ്പുര ചൂണ്ടിക്കാണിച്ചിട്ട് പറഞ്ഞു.

"അതുമൊരു വീടാണ്. ആറു മക്കളും ഒരു തള്ളയുമാണ് ആ പെരയ്ക്കകത്ത് കഴിയുന്നത്. അതിലും എത്രയോ നല്ലതാ നിന്റെ വീട്. മേലാൽ വീടിന്റെ കാര്യം എന്റടുത്ത് പറയരുത്. ഈ വീട് നമ്മളൊരിക്കലും പൊളിക്കാൻ പോകുന്നില്ല. മനസ്സിലായോ. ആയോന്ന്."

എനിക്കു ദേഷ്യവും സങ്കടവും വരുന്നുണ്ട്. ഞാനൊന്നും മിണ്ടിയില്ല.

ഒരു മണിക്കൂർ കഴിഞ്ഞ് വയലീന്ന് കേറിയപ്പോ അച്ഛനല്പം തണുത്തിരുന്നു. മുമ്പിലെ തോട്ടിൽ നിന്ന് ചെളി കഴുകിക്കൊണ്ട് പറഞ്ഞു.

"എന്റാപ്പീസിലിരിപ്പുണ്ട് ഹോചിമിന്റെ ജീവിതം. വേണോ."

"വേണ്ട." : ഞാൻ തിരിച്ചു നടന്നു. തൊണ്ടയിൽ കണ്ണീരു കെട്ടുന്നു.

തലേന്ന് എന്നെ സപ്പോട്ട് ചെയ്ത അമ്മ പിറ്റേന്ന് അച്ഛനെ ന്യായീകരിച്ചു. "നീ പഠിക്കുന്ന കാര്യത്തെക്കുറിച്ച് ആലോചിക്ക്. വീടു നോക്കിയല്ലല്ലോ മാർക്ക്. മതി. ഇപ്പോ ഇതു പോലങ്ങ് പോയാ മതി. അയ്യേ. പെണ്ണുങ്ങളുടെ ഒരു സ്വഭാവം."

ചെളിയിൽ നിന്ന് പണിയെടുക്കാൻ അച്ഛനൊരു കാക്കി നിക്കർ വാ

ങ്ങി. ഹോച്ചിമിൻ നിക്കർ. പക്ഷേ, എന്തോ, അതിട്ടില്ല. ഇടാനൊരു ചങ്കയായിരുന്നു. പിന്നത് പാറ്റ വെട്ടി പോയി. കുറേ നാൾ അങ്ങനെ കിടക്കുന്നത് കണ്ടിട്ടുണ്ട്.

ഒരു ദിവസം അച്ഛൻ നാട്ടിലെ ഉപപോസ്റ്റാപ്പീസിൽ ചെന്നിട്ട് ബന്ധക്കാരി കൂടിയായ പോസ്റ്റ് മിസ്ട്രസിനോട് പറഞ്ഞ കഥ കേട്ടിട്ടുണ്ട്.

"എടീ പോസ്റ്റാപ്പീസറേ.. എന്റെ വീട്ടുപേര് മാറുകയാണ്.."

"എന്തോന്നാ?"

"ഹോചിമിന്റെ ഭവനം!"

"എന്തോ!"

"ഹോച്ചി.."

"ചുമ്മാ പോടേ.. തൊടിയിലെ വീടെന്നു പറഞ്ഞാ ഞാനാ വായിനോക്കിയെ (പോസ്റ്റുമാൻ) പറഞ്ഞുവിടുന്നത്. തൊടിയിൽ വീട്. അതു മതി."

അച്ഛനൊന്നും മിണ്ടിയില്ല.

"ഇല്ലേ.. കത്തു വേറെ വല്ലടത്തും പോകും."

അച്ഛൻ തിരിച്ചങ്ങ് നടന്നു. 1997 ൽ എടുത്ത എന്റെ ഇലക്ഷൻ ഐഡൻറ്റിറ്റി കാർഡിലും തൊടിയിൽ വീടാണ്. കൊല്ലത്തെ വോട്ടും ഞാൻ മാറ്റിയിട്ടില്ല.

ഇതിനിടയിൽ പമ്പ്, പശു മുതലായ സകല കാർഷികവായ്പകളും അച്ഛനെടുക്കും. കേരളത്തിലന്ന് എളുപ്പമൊന്നും ലോൺ തിരിച്ചടയ്ക്കുന്ന പതിവില്ല.

അങ്ങനെയാണ് ചെവിയിൽ ചെമ്പ് അടയാളമിട്ട ബാങ്ക് തരുന്ന പശു ഞങ്ങളുടെ വീട്ടിലേക്ക് വരുന്നത്. ഏതു നാട്ടിൽ ജനിച്ചു, എവിടുന്ന് ഉരുവായി ഒന്നുമറിയില്ല. നമ്മുടെ മറുനാടൻ പണിക്കാരന്മാരുടെ കണ്ണിലെ ഒരു നിസ്സംഗതയും വേദനയുമാണ് അതിനെന്ന്..

ചെളിയുടെ ഗന്ധമുള്ള ഒരു പുല്ലും അത് തിന്നില്ല. വെള്ളത്തിലിറങ്ങില്ല. ചുമ്മാ മണപ്പിക്കും. കാടിയിൽ കാലിത്തീറ്റ ഇട്ടു കൊടുത്താൽ, മുക്രയിട്ട്, അടിയിലെ തീറ്റ മാത്രം തിന്ന് തല പൊക്കും. അപ്പോൾ ഷവറിൽ നിന്നെന്ന വിധം, അതിന്റെ ചുണ്ടിൽ നിന്ന് വെള്ളമിറ്റു വീഴും. അതുവരെ ഒറ്റപ്പശുവിന് കൈത്തീറ്റ ഞങ്ങൾ കൊടുത്തിട്ടില്ലായിരുന്നു. കേരളത്തിലെ കാർഷികാധിനിവേശം. നാടൻ പശുക്കളിലൊക്കെ മാട്ടുപ്പെട്ടിയിൽ നിന്നുമൊക്കെ തണുപ്പിച്ചു വച്ച, ലന്തക്കാരൻ കാളയുടെ ബീജങ്ങൾ കുത്തിവച്ചു. അങ്ങനെയുള്ള മദിയുള്ള, റോഡിലൂടെ തുള്ളിക്കൊണ്ടു പോകുന്ന ഒരു പശുവിനെയും കൊണ്ട്, ഞാൻ ബ്ലോക്കാപ്പീസിൽ ചെന വെപ്പിക്കാൻ കൊണ്ടുപോയതോർക്കുന്നു. നാടൻ ഇനത്തിന്, ആ മദികാലത്തും ഒരു അടക്കമുണ്ടായിരുന്നു. ഇത് ഒരു സൈക്കിളുകാരനെ തട്ടിയിട്ടു. എന്നേക്കാൾ പൊടിപ്പയ്യന്മാർ, നാടൻ പശുക്കളെ കൊണ്ടു നടക്കാറുണ്ട്. മുള ചേർത്ത് കെട്ടിയ ഇടുങ്ങിയ ഇടത്തേക്ക് പശുവിനെ ഉന്തിത്തള്ളിക്കൊടുത്തപ്പോ, അതിന്റെ വയറു കേറുന്നില്ല.

കമ്പോണ്ടറും കുത്തിവയ്പുകാരനും ബുദ്ധിമുട്ടി. പിന്നെ വലുതാക്കിയിരിക്കണം. സർക്കാർ അങ്ങനുള്ള ഇനത്തെയാണ് വിതരണത്തിന് കൊടുത്തത്. വെച്ചൂർ പശുവിനെ കിട്ടാനാണിപ്പോ ഓട്ടം.

അങ്ങനെയിരിക്കെ, എടുത്ത ലോണിന്റെ തവണ പല വട്ടം തെറ്റും. ബാങ്കിന്റെ പേരൊട്ടിച്ച സ്കൂട്ടറിൽ നാഷനൽ ബാങ്കുകാരുടെ ആൾക്കാർ വരും. ഇറങ്ങുമ്പോൾ അച്ഛന്റെ പരിചയക്കാരനാണ്. നാട്ടിൽ തന്നെയുള്ള ആളാണ്. അയാൾ വന്ന് തല ചൊറിഞ്ഞിട്ട് പറയും: "അണ്ണാ, പണം തിരിച്ചടച്ചില്ലല്ലോ.."

അച്ഛൻ പറയും: "അതിനിപ്പോ പാലൊന്നുമില്ല. കച്ചില് (വയ്ക്കോൽ) വാങ്ങിച്ചു കൊടുത്ത് മടുത്തു. പച്ചപ്പോച്ച തിന്നത്തതുമില്ല. എവിടുന്ന് കിട്ടിയെടേ ഈയെനത്തിനെ. ലോണടയ്ക്കുന്നില്ല. അതിനെയങ്ങ് എടുത്തോ."

"അണ്ണനിതൊക്കെ അറിയാവുന്നതല്ലേ.. ഇങ്ങനെ പറഞ്ഞാലെങ്ങനാ."

ഓ. നോക്കട്ടെ..എന്ന് പറഞ്ഞ് അച്ഛൻ വിടും. അവരങ്ങ് പോകും.

ഞാൻ പേടിച്ച് ചോദിക്കും: "അച്ഛാ, നമ്മുടെ വീട് ജപ്തിച്ചോണ്ടു പോവുമോ?"

അച്ഛൻ ഓട്ടക്കൊട്ടിലിൽ നോക്കിയിട്ട് പറഞ്ഞു:

"നമ്മുടെ ഈ വീടോ?"

ഞാൻ പേടിച്ചു ചോദിക്കും: "ചെണ്ടക്കാരൻ വരുമോ? ജപ്തിക്ക്."

അച്ഛൻ പുച്ഛത്തോടെ പറഞ്ഞു: "കാർഷികകടം ആരും അടച്ചൂടാ."

"അയാള് ഇനിയും വരത്തില്ലേ.."

"അതിനെന്താ. ആ വന്നവന്റെ അച്ഛൻ, നമ്മടെ ബാങ്കീന്നെടുത്ത് പന്തീരായിരം രൂപയെടുത്ത് കുടിശ്ശികയായിട്ട് കിടക്കുവാ. ഇതുപോലെ നമ്മളങ്ങോട്ടും ചെല്ലും."

ഞാൻ അന്തംവിട്ടു പോയി.

അപ്പോ അച്ഛൻ പറഞ്ഞു: "നീയീ കയറൊന്ന് പിടിച്ചേ.."

തെങ്ങിൽ ചേർത്ത് ഞാൻ കയറു മുറുകെ പിടിച്ചു. അച്ഛൻ ഒരു ഭയങ്കരൻ പാളയംകോടൻ കൊല വെട്ടാൻ പോവുകയാണ്. കുല ചാഞ്ഞു വന്നു. അതിലൊരു പഴം പഴുത്ത് ഇത്തിരി അണ്ണാൻ കടിച്ചിട്ടുണ്ട്. നിന്ന് പഴുത്താലേ, അച്ഛൻ വെട്ടൂ. അതിലൊരു നരിച്ചീറോ, അണ്ണാനോ കടിക്കണം. പിച്ചാത്തി കൊണ്ട് കടിച്ച ഭാഗം ചീന്തിക്കളഞ്ഞിട്ട് അച്ഛൻ അതെടുത്ത് കഴിച്ചു. എനിക്ക് തരത്തില്ല. പേ ഉള്ള ജന്തുക്കളാണ്.

എന്നിട്ട് എന്റടുത്ത് പറഞ്ഞു: "അയ്യേ, ഒരു രുചിയില്ല. രാസവളമിട്ടതാ. നമ്മക്ക് കടയീ കൊടുക്കാം."

അച്ഛന് കൃഷിയുടെ കാര്യത്തിലൊരു മണ്ണാങ്കട്ടയും അറിഞ്ഞൂടെന്ന് എനിക്ക് മനസ്സിലായി. അയലത്തെ ഉമ്മാടെ എളയ മോൻ പഠിക്കുന്ന, എന്നേക്കാൾ മുതിർന്നവർക്കുള്ള പാഠപുസ്തകത്തിൽ ഒരു സന്ദർഭമുണ്ട്. ഒരു വീട്ടിൽ ഒരു അതിഥി വരുന്നു. ഉടൻ ഗൃഹനാഥൻ മുഴുത്ത പഴം

കൊണ്ടു കൊടുത്തിട്ട് ഗമയോടെ പറയുന്നു: "രാസവളമിട്ടതാ.."

അച്ഛന്റെ സഹകരണബാങ്കിന്റെ വളംഡിപ്പോയിൽ നിന്ന് പഞ്ചാര പോലിരിക്കുന്ന വളം കൊണ്ടു വരും.

കീടനാശിനിയും അഭിമാനമായിരുന്നു അന്ന്. ഒരു തലമുറ കൃഷിക്കാരെ വഴി തെറ്റിച്ച കാർഷികവിപ്ലവം. നിരോധിച്ചെങ്കിലും ഡി ഡി ടി സുലഭമായിരുന്നു. അച്ഛൻ വഴിയിൽ കാണുന്ന ഉറുമ്പിൻകൂടിനൊക്കെ ഒരാവശ്യവുമില്ലെങ്കിലും വാരിച്ചൊരിഞ്ഞു. ചുരുണ്ടു കൂടി, അവ ചത്തു കിടക്കും. പിന്നച്ഛൻ അഭിമാനത്തോടെ ബി എച്ച് സി പൊടി കൊണ്ടു വന്നു ചിതലിന്റെ പുറ്റിലൊക്കെ ഇട്ടു പരിശോധിച്ചു. കൊലപാതകത്തിൽ ഒരു രസം തന്നെയായി.

പശുക്കളെ വിട്ട്, വയലുകൾക്ക് ഏറ്റവും നല്ലത് എരുമയാണെന്ന് അച്ഛൻ കണ്ടെത്തിയത് ആയിടയ്ക്കാണ്.

എരുമ ഒരു സാധുജീവിയാണ്. അത്തവണ അച്ഛൻ, ഒരു നാടൻ ഇനം വാങ്ങിച്ചു. എരുമ വാങ്ങിക്കുമ്പോ, ചായക്കടക്കാരുടെ കൈയിൽ നിന്നേ വാങ്ങിക്കാവൂ എന്ന് അച്ഛൻ പറയുമായിരുന്നു. പാൽ അവരുടെ ജീവിതമാണ്. പൊന്നു പോലെ നോക്കും. എരുമയ്ക്ക് നല്ല സ്വഭാവമായിരിക്കും.

എരുമച്ചാണകത്തിൽ നല്ല ഓറഞ്ചു നിറത്തിൽ, നിറയെ കറുത്ത പുള്ളിയുള്ള, കാണാൻ ചന്തമുള്ള വണ്ടുകൾ വന്നിരിക്കും. ഒരു ദിവസം അച്ഛൻ ബി എച്ച് സി പൊടി വാരിത്തട്ടിയത്, ചാണകം എടുത്തു മാറ്റിയ സ്ഥലത്തായിരുന്നു. അവിടെ നിറയെ കുഞ്ഞുകുഞ്ഞു കുഴി കാണാം. അച്ഛൻ പൊടി ഇട്ടതോടെ, മണ്ണിലെ കുഴിയിൽ നിന്ന് വണ്ടൊക്കെ, പുറത്തു വന്നു. അവിടെ കിടന്ന് ചത്തു.

ചാണകത്തിനകത്ത് കിടന്ന് പുളച്ച്, തിന്ന്, ഉരുട്ടിക്കൊണ്ട് നടന്ന്, കർഷകന് വളരെ ഗുണംചെയ്യുന്ന വണ്ടായിരുന്നു അത്. അച്ഛന് വല്ല ബോധോദയവും തട്ടിയോ ആവോ? എന്തായാലും അച്ഛൻ, കീടനാശിനി തീരെ നിവൃത്തിയില്ലാത്ത സമയങ്ങളിൽ ഉപയോഗിക്കുന്നതേ പിന്നെ കണ്ടിട്ടുള്ളൂ. അതു കൊണ്ടാകണം പലവിധ പ്രാണികളുടെ പറുദീസയായിരുന്നു ഞങ്ങളുടെ വയൽ. വേട്ടാളൻ തന്നെ പല ഇനമുണ്ട്. നമ്മൾ പള്ളിക്കൂടത്തിൽ പോകുമ്പോഴൊക്കെ വയലിൽ നിന്ന് റോഡിലെത്തുന്നതുവരെ ചെവിക്കടുത്തു നിന്ന് മൂളിക്കൊണ്ട് നമ്മളെ ആക്കി തരും. നമുക്ക് പേടി ഇല്ല. അതങ്ങു പോകും. ബസിൽ കയറിയിരിക്കുമ്പോഴായിരുന്നു കണ്ണിന്റെ തൊട്ടുതാഴെ ഒരു സ്വർണ്ണനിറം. നമ്മൾ കൈകൊണ്ട് തട്ടുമ്പോഴേക്കും അതിനെ കാണില്ല. സ്കൂളിൽ നിന്ന് പുസ്തകമെടുക്കുമ്പോഴായിരുന്നു, അതിൽ നിന്നൊരു കുഞ്ഞു ചിലന്തി. സ്വർണ്ണനിറത്തോളംവരുന്ന തിളങ്ങുന്ന പച്ച കലർന്ന മഞ്ഞയും, കുറുകെ കറുത്ത വരകളുമുള്ള മനോഹരമായ ചിലന്തി. വഴിയിൽ നിന്നൊരു മരത്തിൽ നിന്ന് കേറിയതാണ് വിദ്വാൻ.

വയലിലെ ഒരു പച്ചപ്പിനടുത്തേക്ക് നമ്മൾ നടന്നുചെല്ലുമ്പോഴൊക്കെ

അതിൽ നിന്ന് പല തരം പ്രാണികൾ പറന്നു പൊങ്ങും. കിണറ്റു കരയിൽ വച്ചിരിക്കുന്ന വെള്ളം ബാക്കിയായ അലുമിനിയം ബക്കറ്റ്, ചാരനിറത്തിലുള്ള കുഞ്ഞു ചാട്ടപ്പക്കികളുടെ (പച്ചക്കുതിര) മരണത്തിന് വലിയ കാരണമാണ്. നല്ല ഉയരത്തിൽ ചാടും അത്. വന്ന് വീഴുന്നത് വെള്ളത്തിൽ. കുറേ നേരം ചാകാതെ കിടക്കും. കണ്ടാൽ രക്ഷപെടുത്താം. രക്ഷിച്ചാലും വീണ്ടും പിടിക്കുന്ന വെള്ളത്തിൽ എടുത്തു ചാടും. നമ്മൾ ദേഷ്യം വന്ന് പോകുമ്പോൾ മരിച്ചു കിടക്കും. കാറ്റില്ലാത്ത നിശ്ശബ്ദമായ സ്ഥലങ്ങളിൽ ടിക്ക് എന്നൊരു ശബ്ദത്തിലാണ് വലിയ പച്ചക്കുതിരകൾ എടുത്തു ചാടുന്നത്. കുഴി കുഴിച്ച്, മേലിൽ ഗ്ലാസ് ചീളുകൾ വച്ച്, ഇടയ്ക്ക് വിടവിട്ട്, പച്ചക്കുതിരകളുടെ മ്യൂസിയമുണ്ടാക്കി കളിക്കാം.

ഇതിനിടയിൽ ചില നല്ല ബോധോദയങ്ങൾ അച്ഛനുണ്ടായി. മുഴുവൻ നമ്മൾക്കറിയില്ലെങ്കിലും.

ചില ദൃഷ്ടാന്തമുണ്ടായി.

ഒരു ദിവസം, രാവിലെ. ഒരു മീൻപിടിത്തക്കാരൻ വീട്ടിൽ വരുന്നു. ഞങ്ങൾക്കും കടലിനും തമ്മിൽ വലിയ ദൂരമില്ല. കുറുകെ, പരമാവധി ഒരു കിലോമീറ്റർ കടന്നാൽ പെരുവയൽ. അപ്പുറം കൊല്ലം തോട്. പത്തു മീറ്ററിലൊരു കടത്ത്. (ഇപ്പോ സുനാമി ഫണ്ടിൽ പാലമായി) അവിടെ കായൽ തുടങ്ങും. അതങ്ങ് തിരുവനന്തപുരം ജില്ല തൊടുന്നതു വരെ വ്യാപിച്ചു പോകും. കായലിന് തൊട്ടപ്പുറം കടൽ. ക്ഷോഭിക്കുന്ന കാലം, ഉറക്കം വരാതെ കിടക്കുമ്പോൾ ചെവി കൂർപ്പിച്ചാൽ, തിരയുടെ ശബ്ദം കേട്ടു കിടക്കാം.

അയാൾ അച്ഛനോട് പറഞ്ഞു: “അണ്ണാ, പുരയിടത്തിൽ സ്ഥലമുണ്ടല്ലോ. അതിരിൽ അഞ്ചാറു ഇലവു മരം വെച്ചു പിടിപ്പിക്കുമോ? ചാളത്തടിക്ക് മരം കിട്ടാൻ വല്യ പാട്. കണ്ട നാട്ടിലൊക്കെ പോയാ അലഞ്ഞു മരം ചോദിച്ചു നടക്കുന്നത്. അവർക്കൊക്കെ നമ്മളെയും അറിഞ്ഞൂടാ, കടലിനേയും അറിഞ്ഞൂടാ, കട്ടമരവും അറിഞ്ഞൂടാ.. എന്റെ തടി പിഞ്ചിപ്പോയി, ചെറിയ തുള വീണു. കഴിഞ്ഞ തവണ കടലീ പോയപ്പോ ഒരു അച്ചൻ (കടലാന) ആ തുളയീ കുത്തി എടുത്തങ്ങ് മറിച്ചു. ഗതികേടായിരിക്കുവാ. കരയീന്ന് ചൂണ്ടയെറിഞ്ഞാ എന്തോ കിട്ടാനാ..”

അച്ഛൻ പറഞ്ഞു: “വാ..”

ഞങ്ങളുടെ വയലിന്റെ മൂലയിൽ നിന്ന ഒരു ഇലവുമരം അപ്പോൾ, അത്യാവശ്യം തടി വച്ച് കായ പിടിച്ച്, അതിൽ നിന്ന് പഞ്ഞിക്കായകൾ കൊഴിഞ്ഞു വീണു തുടങ്ങിയിരുന്നു. അമ്മ അത് വച്ച് ഒരു മെത്ത ഉണ്ടാക്കുകയായിരുന്നു. ഒ കെ കമ്പനിയുടെ കാലിത്തീറ്റയുടെ പ്ലാസ്റ്റിക് സഞ്ചി കഴുകി അതിൽ ഈ പഞ്ഞി നിറച്ച്, കുത്തിക്കെട്ടിക്കൊണ്ടിരിക്കുകയായിരുന്നു. മൂന്നു ഭാഗമുള്ള മെത്തയിൽ രണ്ടെണ്ണം പഞ്ഞി നിറച്ച് കുത്തിക്കെട്ടിയതേ ഉണ്ടായിരുന്നുള്ളൂ.

അച്ഛൻ വെട്ടു കത്തി എടുത്തതേ അമ്മ പറഞ്ഞു: “അതൊരു രണ്ടു കൊല്ലം കായ്ച്ചോട്ടെ.”

കേട്ടില്ല. വെട്ടുകത്തികൊണ്ട് അച്ഛൻ ആദ്യമൊന്ന് മുതുകു ചൊറിഞ്ഞു. എന്നിട്ട് കൈയെത്താവുന്ന ഉയരത്തിൽ നില്ക്കുന്ന രണ്ടു മൂന്ന് മുള്ളു മൊട്ടുകൾ കൊത്തിക്കളഞ്ഞിട്ട് പറഞ്ഞു.

"എപ്പഴാന്നു വച്ചാ, ആൾക്കാരുമായിട്ട് വന്ന് മുറിച്ചോണ്ടു പോ.."

"അയ്യോ, ഈ ഇച്ചേച്ചി വേണ്ടെന്ന് പറഞ്ഞതാ. പറ്റൂല്ല."

അച്ഛനൊന്ന് നോക്കി.

അമ്മ പറഞ്ഞു: "വെട്ടിക്കോ.."

"എന്തോ തരണം അണ്ണന്.." : മീൻ പിടിത്തക്കാരൻ ചോദിച്ചു.

"ആദ്യം മുറിച്ചോണ്ടു പോടേ.."

എന്തായാലും മൂന്നു കംപാർട്മെന്റുകളായി, തീർക്കാനിരുന്ന അമ്മയുടെ മെത്തനിർമ്മാണം രണ്ടു കംപാർട്മെന്റിൽ തീർന്നു. എന്നാലും ഞങ്ങളത് ഉപയോഗിച്ചു. കാലു വയ്ക്കുന്നിടത്ത് മെത്ത ശൂന്യം. അവിടെ കട്ടിലിന്റെ തടിയും ബെഡ് ഷീറ്റും മാത്രം.

കുറേ നാൾ കഴിഞ്ഞ് കറുത്ത ഒരു പയ്യൻ മൂന്നാലു വീട്ടുകാർക്കുള്ള തേടു (ഏട്ട) മീനുമായി വന്നു. വല്യ രണ്ടു തോർത്ത് അഴിച്ചു വച്ചു മീൻ കുടഞ്ഞിട്ടിട്ട്, അതേ തോർത്തുകളെടുത്ത് തലയിൽ കെട്ടിക്കൊണ്ടു പറഞ്ഞു: "ഞാൻ അന്ന് തടിയറുത്തോണ്ടു പോകാൻ വന്നതിലൊരുത്തനാ. ഇവിടുന്നുള്ള മരംകൂടി ചേർത്തൊള്ള ഞങ്ങടെ തടി ഇന്നലെ കടലിലിറക്കി. അതീന്ന് കിട്ടിയതാ. ചാളത്തടി കൂട്ടിക്കെട്ടുന്ന ജോലിക്കെടേല്, ഞാൻ അങ്ങേരെ മോളെ സംബന്ധവും ചെയ്തു. സ്ത്രീധനമായിട്ട് ആ തടി തന്നെയിങ്ങ് തന്നു. ഇപ്പ ഞങ്ങള് അമ്മാച്ചനും മരുമോനും കൂടിയാ പോകുന്നത്. അടുത്താഴ്ച അമ്മാച്ചൻ ഇദ്ദേഹത്തിന് തരാനായിട്ടൊരു കുപ്പി സ്രാവിന്റെ നെയ്യുമായി വരുന്നുണ്ട്."

അതിന്റെ ഒരു സന്തോഷത്തിലും ആവേശത്തിലും, അച്ഛൻ അതിരില്, അഞ്ചാറ് ഇലവു പിന്നേം കുഴിച്ചു വച്ചു. അതൊക്കെ അച്ഛൻ അവർക്കു തന്നെ കൊടുത്തോ? അറിഞ്ഞൂടാ. പക്ഷേ, ഇപ്പോ എല്ലാ തീരത്തും ഫൈബർ കട്ടമരമിറങ്ങി. എന്നാലും ഞങ്ങളുടെ തീരത്ത് ഇന്നും സാധാരണ മരത്തിൽ പോകുന്നവരുണ്ട്. ഫൈബറിന് പൊങ്ങിക്കിടക്കാൻ ശേഷി കൂടും. അന്ന് തിന്ന തേടിന്റെ രുചി മാറിയിട്ടില്ല. പൂച്ചമീനിൽ പെട്ട കൊമ്പുള്ള മീനാണ്. മുശിയുടെ കടൽഅളിയൻ. ഇച്ചിരി കൂടി വെളുത്ത് സുന്ദരനാണ്. അടുത്തിടെ, കൊതിക്ക് ഞാൻ കുറച്ച് ഏട്ട വാങ്ങിച്ചു. തിരുവനന്തപുരത്തു നിന്ന്. മീൻകാരി ചേച്ചി സ്ഥിരം വരാറുള്ളതിന്റെ പരിചയത്തില് പറഞ്ഞു: "സാറേ.. തല അങ്ങ് കളഞ്ഞേക്കണം."

ഞാൻ വീട്ടിൽ ചെന്ന്, മീൻ കണ്ടിക്കാൻ നേരത്ത്, അതിന്റെ വാപൊളിച്ച്, മണപ്പിച്ചു. മണ്ണെണ്ണയുടെ മണം. ഔട്ട് ബോർഡ് എഞ്ചിനുകളുടെ (വള്ളത്തിൽ നിന്നോ, കട്ടമരത്തിൽ നിന്ന്, വെള്ളത്തിലേക്ക് വയ്ക്കുന്ന എഞ്ചിൻ) കാലം വന്നതോടെ, എണ്ണയുടെ ഗന്ധമാണ് തീരക്കടലിന്. പിന്നെ ചെന്നപ്പോ ഞാനാ മീൻകാരിയോട് ചോദിച്ചു: "അതൊന്നുമല്ല സാറേ. തിരുവനന്തപുരത്ത് ഒരു ഫാക്ടറിയുണ്ട്. എല്ലാവിഷവും ക

ടലിലാ.."

തിരക്കുഴിയിലാണ് ഏട്ട ഉള്ളത്. അത് കുറയുന്നതിന്റെ കാരണവും ഇതൊക്കെയാണ്. പണ്ടു കാണുന്ന മീനുകളൊക്കെ കുറയുന്നത് നമുക്ക് വ്യക്തമാണ്. നാലാം ക്ലാസു മുതൽ കടപ്പുറത്തും, കടപ്പുറത്തിനടുത്തുള്ള ചന്തയിലുമൊക്കെ ഞാനാണ് പൊയ്ക്കൊണ്ടിരുന്നത്. അതൊരു യാത്രയാണ്. സകല വീട്ടിൽ നിന്ന് പെണ്ണുങ്ങളും എന്നെ പോലുള്ള പിള്ളേരും കടപ്പുറത്തേക്ക് നടക്കും. കൈയിലൊരു സഞ്ചിയുമായിട്ട്.

കാഴ്ചയ്ക്കൊരു ഭംഗിയില്ലാത്ത മീനുകൾ ആരും വാങ്ങത്തില്ല. ചേര പോലിരിക്കുന്ന ചീലാവ്, ചപ്പിയ മോന്തയുള്ള മോദ, സ്കെയിൽ പോലിരിക്കുന്ന ക്ലാത്തി തുടങ്ങിയവയൊന്നും ആരും വാങ്ങില്ല. ഇന്ന് മോദയൊക്കെ ഹോട്ടലുകളിൽ നെയ്മീനിന്റെ (അയക്കൂറ) ഡ്യൂപ്പാണ്. എല്ലായിടത്തും വാണിജ്യം വന്നതോടെ, കടൽത്തീരങ്ങളെയും സ്നേഹത്തെയും ബാധിച്ചു. പണ്ട് തീരത്ത് വല്ലാതെ മീൻ പെടുമ്പോൾ മീൻകാരിയും ഭർത്താവും കൂടി ഇറങ്ങും. പൈസയൊന്നും കൊടുക്കണ്ട. വെളിയിൽ വന്നിരുന്ന് കീറിത്തുടങ്ങും. ഉണക്കാനൊരു പാ കൊടുത്താൽ മതി. വെറുതെ കളയാൻ വയ്യാത്തതുകൊണ്ടാണ്. രണ്ട് തേങ്ങയും ഇച്ചിരി അരിയും കൊടുത്താൽ സന്തോഷം. തേങ്ങയാണ് മീൻകാരുടെ വീക്ക്നെസ്. തീരത്ത് അത് കിട്ടില്ലല്ലോ.

മീൻ നിരത്തുമ്പോ, പിള്ളേരോട് കരിവീട്ടി പോലിരിക്കുന്ന മീൻകാരൻ കളിക്കും. പാറക്കല്ലു കൊണ്ട് കൈയിലെ മസിലിൽ ഇടിച്ചോളാൻ പറയും. മുതുകിലെ മസിലു പിടിച്ചാൽ പിടുത്തം പോലും കിട്ടത്തില്ല. അയാളന്ന് അച്ഛനോടൊരു രഹസ്യം പറഞ്ഞു. അയാൾ ഹിന്ദുവാണ് അരയൻ. ഒളിച്ചു താമസിക്കുകയാണ്. വടക്കു നിന്നുള്ള തുറയിൽ നിന്ന് കുറച്ചു നാളത്തേക്ക് നാടു കടത്തിയതാണ്. ക്രിസ്ത്യൻ പേരാണ് ഇപ്പോൾ. കടൽനിയമം ലംഘിച്ചതിന് നാടുകടത്തിയതാണു പോലും. കറുപ്പിന് മീൻ പിടിച്ചു. എന്നു വച്ചാൽ ത്രിസന്ധ്യക്ക് മീൻ പിടിച്ചു. അപ്പോ മീനുകൾ വിഹരിക്കുന്ന, കുടുംബമായിരിക്കുന്ന സമയമാണ്. വെള്ളയ്ക്കേ പിടിക്കാവൂ. അതായത് രാവിലെ. സൂര്യൻ ഉച്ച മറിഞ്ഞാൽ പിടിച്ചൂടാ.. സന്ധ്യ കഴിയണം. എങ്കിലേ ആ മീൻകൂട്ടം പിറ്റേന്നും കടലിൽ നമുക്കായി ഉണ്ടാവൂ. ഇല്ലെങ്കിലങ്ങ് ആഴക്കടലിൽ പോകും. ഇപ്പോ ട്രോളിങ് വന്നതോടെ, അങ്ങനെ ചിന്തയേ ഇല്ല. അന്ന് വലിയ മീൻ കൂട്ടത്തെ മുറിച്ച് ഒരു ഭാഗം മാത്രമാണ് പിടിക്കുന്നത്. അല്ലാതെ വലിച്ചു കയറ്റാൻ ഒക്കില്ല.

കമ്പവലയുടെ ബലമുള്ള ഭാഗത്തു മാത്രമാണ് കണ്ണിയടുപ്പം കുറവ്. അതിലൂടെ ചെറിയ മീനിനൊക്കെ രക്ഷപെടാൻ അവസരംകൊടുക്കും. കാലം മാറി. മനുഷ്യപവറിന് പകരം കുതിരശക്തിയുള്ള എഞ്ചിൻ വന്നു. കടൽഭിത്തിയെന്ന പേരിൽ കല്ലിട്ടു നിറച്ചു. തീരം പോയി. കൂരിക്ക എന്നു പറയുന്ന, തിരയ്ക്കൊപ്പം തീരത്ത് കിടന്ന് കളിക്കുന്ന കുഞ്ഞു ഞണ്ടുകൾ കുറഞ്ഞു. അതിനെ തിന്നാൻ വരുന്ന വെള്ള കടൽക്കാക്കകൾ

അപൂർവ്വമായി. കൊച്ചിലേ, പൂഴിമണ്ണിൽ കാലു കൊണ്ട്, കിളച്ചു കോരുമ്പോൾ, പീരച്ചെമ്മീൻ എന്നു പറയുന്ന പൊടിച്ചെമ്മീൻ കൂട്ടമായി ഇളകിച്ചാടുമായിരുന്നു. ഒരു ഈറ്റില്ലമായിരുന്നു തീരം. എവിടുന്നും കടലിലേക്കു ചാളത്തടിയും, വഞ്ചിയുമൊക്കെ ഇറക്കാവുന്ന അവസ്ഥയായിരുന്നു. ഇപ്പോൾ അതിനൊക്കെ പ്രത്യേക സ്ഥലങ്ങളുണ്ട്. അതു തന്നെ നഷ്ടപ്പെട്ടു. എല്ലായിടവും കല്ല്. കേരളത്തിലെ ഏറ്റവും വലിയ അഴിമതികളിലൊന്ന്. മല മുഴുവൻ പൊട്ടിച്ച് കടലിലേക്ക്. ആമകളൊക്കെ, പാറ നിറഞ്ഞ ഈ തീരത്ത് എവിടെ വന്ന് മുട്ടയിടുമോ ആവോ?

അച്ഛൻ ആമ മുട്ട തിന്ന കഥ പറഞ്ഞിട്ടുണ്ട്. കൊല്ലത്തു നിന്ന് കടപ്പുറത്തു കൂടിയായിരുന്നു, ഞങ്ങളുടെ നാട്ടിലേക്കുള്ള കുറുക്കുവഴി. അപ്പൂപ്പന്റെ അനിയൻ തയ്യൽക്കാരനായിരുന്നു. ഓണത്തയ്യൽ കഴിഞ്ഞ് പാതിരാത്രി കഴിഞ്ഞു നടന്നു വരുമ്പോഴാണ് ആമ മുട്ടയിടുന്നതു കാണുന്നത്. മുട്ടയിടുമ്പോ തന്നെ പിറകിൽ തൊട്ടടുത്ത് വേറൊരു കുഴി തുറന്ന് ചെന്ന് നാലോ അഞ്ചോ മുട്ടയെടുക്കാനുള്ള അനുവാദം ആർക്കുമുണ്ട് അന്ന്. എന്നിട്ട് മാറി നില്ക്കും. ആമ കുഴി മൂടും. കൈ കൊണ്ട് അടിച്ച് മണ്ണുറപ്പിക്കും. എന്നിട്ട് സമീപത്തെ എല്ലാ പാടും മായ്ക്കാൻ മണ്ണു വാരി തേവും. എന്നാലും പാവത്തിന്, ഒരിക്കലും തിരിച്ചിഴഞ്ഞു പോകുന്ന പാട് മായ്ക്കാൻ ഒക്കില്ലല്ലോ. ആമകൾ തിരിച്ചിറങ്ങി പോകുന്നതിന് മുമ്പ് കൈ മണ്ണിലടിച്ച് പ്രാർത്ഥിക്കുന്നതാണെന്നാണ് വിശ്വാസം: മുട്ടകൾ ആരും കാണരുതേ, എന്റെ കുഞ്ഞുങ്ങൾ വിരിഞ്ഞിറങ്ങിയില്ലെങ്കിൽ അതെടുത്തവരെ എവിടെങ്കിലും വച്ച് കടലു കൊണ്ടു പോകണേ..

അതുകൊണ്ടാണ് അപ്പൂപ്പൻ അഞ്ചാറു മുട്ട മാത്രമെടുത്ത്, ബാക്കി വിരിയാൻ വിടുന്നത്. അവനവനും കുടുംബത്തിനും ആവശ്യമുള്ളത് മാത്രമേ അന്ന് കടലിൽ നിന്നും കോരുകയുള്ളൂ. വാണിജ്യം പിന്നീടാണ് വന്നത്. ഒരു തോലിന്റെ അകത്തിട്ടതു പോലെയുള്ള ദ്രാവകമാണ് ആമ മുട്ട. ഒരുപാട് തിളപ്പിക്കാതെ, അപ്പൂപ്പന്റെ വലിയ തയ്യൽ സൂചി കൊണ്ടൊരു ദ്വാരമിട്ട് വലിച്ചു കുടിക്കും.

ഞങ്ങളുടെ വയലിലും ഇഷ്ടം പോലെ ആമകളുണ്ട്. ഇപ്പോഴും അത്യാവശ്യമുണ്ട്. ഒരു വെക്കേഷൻ കാലത്താണ്. അച്ഛൻ ഉച്ചയ്ക്ക് ചോറുണ്ണാൻ വന്നപ്പോ വയലിൽ വലിയ ബഹളം. ഒട്ടന്മാർ (നാടോടികൾ) തോട്ടിൽ അണ കെട്ടി, വെള്ളം തേവിക്കളഞ്ഞ്, വരമ്പുകളിലെ പോടുകളിൽ കൈയിട്ട് ആമകളെയൊക്കെ പിടിച്ചു കൂട്ടി. ഒരു വെളിസ്ഥലത്ത് എല്ലാത്തിനെയും മലർത്തിയിട്ടു. എന്നിട്ട് തീ കൂട്ടി. ആമകളെ ജീവനോടെ, പാചകം ചെയ്യാനായി, തീയ്ക്കു മുകളിലൊരു തട്ടുണ്ടാക്കി. അച്ഛൻ വന്ന് കാലു മടക്കിയൊരു അടി. ഒട്ടന്മാർ മൂന്നാലു പേരുണ്ടായിരുന്നു. അവന്മാർ പിച്ചാത്തിയൊക്കെയെടുത്തു. അപ്പോഴേക്കും നാട്ടുകാർ കൂടി. അവന്മാർ ഓടി.

അച്ഛൻ ഒട്ടന്മാരെ ഓടിച്ചത് പരിസ്ഥിതി പക്ഷപാതിയായതു കൊണ്ടൊന്നുമല്ല. വലിയ ജന്തുസ്നേഹവും കാരണമല്ല. ദേഷ്യം വന്ന

പ്പോൾ, പാലു ചുരത്താത്ത പശുവിട്ട് മുട്ടു കൊണ്ട് ഇടി കൊടുക്കുന്നത് കുഞ്ഞിലേ ഞാൻ കണ്ടിട്ടുണ്ട്. അതൊന്നുമല്ല. അധിനിവേശത്തെ ചെറുക്കാനുള്ള വാസന മനുഷ്യരിലുണ്ട്. അല്ലാതെ ഓസോൺ വിടവിനെ കുറിച്ചുള്ള ആശങ്കയായിരുന്നില്ല.

ഇന്നിപ്പോ വയലുകളൊക്കെ നികന്ന് ചൂടെത്ര കൂടിയെന്ന് അറിയില്ല. പക്ഷേ, അനുഭവത്തിൽ ഒന്നുണ്ട്. വെള്ളക്കെട്ടിന്റെ നടുക്ക്, അന്തരീക്ഷ ഊഷ്മാവ് മറ്റിടത്തേക്കാൾ കുറവായിരിക്കും. ഡിസംബർ, ജനുവരി മാസത്തിൽ ഞങ്ങളുടെ വീട്ടിലെ വെളിച്ചെണ്ണ ഉറഞ്ഞു കട്ടി പിടിച്ചിരിക്കും. മടൽപ്പൊളി കൊണ്ടു തോണ്ടി എടുക്കണം. പലകക്കൊട്ടിലായതിനാൽ, പലകയ്ക്കിടയിലുള്ള വിടവുകൾ മൂലം പുറത്തെ തണുത്ത കാലാവസ്ഥ അകത്തു കടന്നതു കൊണ്ടാകും. പക്ഷേ, അതേ വയലിലെ കോൺക്രീറ്റ് വീട്ടിൽ ഒരു ജനുവരിത്തുടക്കത്തിലും വെളിച്ചെണ്ണ ഉറയാറില്ല.

കോൺക്രീറ്റിന്റെ ചൂട്. വയൽ ഏറെയും തെങ്ങിൻതോപ്പായി. ജലാംശം കുറഞ്ഞു. ചുറ്റുപാടും വലിയ വീടുകൾ വന്നു. അതൊക്കെയാകാം.

അന്നത്തെ യഥാർത്ഥ പരിസ്ഥിതിവാദികൾ ഞങ്ങളുടെ പടിഞ്ഞാറ്റതിലെ ഉമ്മയായിരുന്നു. കുടികിടപ്പ് കിട്ടിയ ഒന്നേകാൽ സെന്റിലായിരുന്നു അവരുടെ ചെറ്റപ്പുര. മേൽക്കൂര ആണ്ടോടാണ്ട് മേയണം. ചെറ്റ രണ്ടാണ്ടിലൊരിക്കലും. നിവൃത്തി കെടുമ്പോൾ കാലാവധി തെറ്റും. കെട്ടിയേ പറ്റൂ എന്ന് തോന്നുന്നത് മേൽക്കൂര ചോരുമ്പോഴല്ല. ചിതൽ കുത്തി, ദുർബ്ബലമായ ചെറ്റ തുരന്ന് പട്ടി ചോറു തിന്നിട്ടു പോയാൽ പ്രതിസന്ധിയായി. വീടു മുഴുവൻ പൊളിച്ച് ഒന്നേയെന്ന് കെട്ടും. ഒറ്റ സാധനം, ഭൂമിക്കൊരു ഭാരമല്ല. അസംസ്കൃത വസ്തുക്കളെല്ലാം ഭൂമി ഉപേക്ഷിക്കുന്നതും മണ്ണോട് മണ്ണാകുന്നതുമാണ്. തെങ്ങിന്റെ കൊതുമ്പു കീറി നനച്ചതാണ് കെട്ടുവള്ളി. മടൽപ്പൊളി ചെറ്റയ്ക്ക് അപ്പുറവും ഇപ്പുറവും ഊന്നി, തൊണ്ടിൽ നിന്നുള്ള കെട്ടുവള്ളി കൊണ്ട് കൂട്ടിക്കെട്ടും. അതിനുപയോഗിക്കുന്ന കുത്തോലം പോലും മുതുക്കനായി ഉണങ്ങി വീണ തെങ്ങിൻ തടിയിൽ നിന്നുള്ളത്. തറ മെഴുകാൻ ചാണകം. ഭൂമിക്ക് വേദനകളേയില്ല. ഇന്ന് മിക്ക പരിസ്ഥിതി പ്രവർത്തകരും കോൺക്രീറ്റ് വീട് പൂട്ടിയാണ് സമരത്തിനിറങ്ങേണ്ടി വരുന്നത്. ഭൂമിയുടെ പള്ള പൊട്ടിച്ച പാറ കൊണ്ടാണ് അടിസ്ഥാനം. ഭൂമിയുടെ ഗർഭം തുരന്നെടുത്ത ചെളി പാകം ചെയ്ത് ഭൂമിയുള്ള കാലത്തോളം നശിക്കാതെ കിടക്കുന്ന ഇഷ്ടികയാണ് ചുമർ. കെമിക്കലുകൾ ചേർത്ത സിമന്റും പെയിന്റും, അതിന്റെ മീതെ വാരിപ്പൊത്തുന്നു. ആരോപണമില്ല. സിസ്റ്റത്തിനെതിരെ പോരാടണമെങ്കിലും സിസ്റ്റത്തിന്റെ തടവുകാരനായിരിക്കാൻ നിർബ്ബന്ധിതമാകുന്ന അവസ്ഥ. അന്ന് ഒന്നും നഷ്ടപ്പെടുമെന്ന് പേടിയില്ല. അങ്ങനുള്ളവന് വീടും കൂടും വേണ്ട.

ഒടുക്കകാലത്ത്, അച്ഛന്റെ കൂറ്റനൊരു ഡയലോഗ് കേട്ടത് ഓർക്കുന്നു: ചകിരിക്കട എന്നൊരു സ്ഥലത്തു നിന്ന് അച്ഛന്റെ പഴയ കൂട്ടുകാര

നൊരു ഇക്കാക്ക ഉണ്ടായിരുന്നു. ബിരിയാണി ഉണ്ടാക്കലാണ് പണി. ഒരു ദിവസം, രണ്ടും പേരും കൂടി വയലിലിരുന്ന് കള്ളുകുടിക്കുന്നത് കണ്ടു. സേവ കഴിഞ്ഞ് പഴയ കഥ പറഞ്ഞിരുന്നപ്പോഴാ ഞാൻ വയലീ കൂടെ നടക്കുകയായിരുന്നു. കാക്ക വിളിച്ചു.

എപ്പോ വന്നു? എന്ന് പോകുമൊക്കെ ചോദിച്ചു. പിന്നെ എന്റടുത്തു പറഞ്ഞു: “അച്ഛൻ ചാരിയിരിക്കുന്ന, ആ വയണയുണ്ടൊല്ലാ. അതിങ്ങു മാമന് തരാൻ പറ. ബിരിയാണിക്ക് പച്ച വയണേടെ പട്ടയിട്ടാ പഷ്ടാ. വിലയ്ക്കു കിട്ടുന്നത് പറ്റിപ്പാ..”

അച്ഛനൊന്നും മിണ്ടിയില്ല.

അങ്ങേര് പറഞ്ഞു: “എന്നാ ഇച്ചിരി കോതിയെടുക്കട്ടെ. നാളെ രണ്ടു ബിരിയാണിങ്ങോട്ടു കൊടുത്തയയ്ക്കാം.”

“വേണ്ട!” അച്ഛൻ പറഞ്ഞു.

“അതെന്താ. ഒരു മരമല്ലേ പുള്ളേ..”

അതല്ല. അച്ഛൻ പറഞ്ഞു. എന്താ മറുപടി പറയണമെന്ന് അച്ഛനറിഞ്ഞൂടാ.

പിന്നേയും അയാള് എണീറ്റിട്ട് “മോനാ പിച്ചാത്തിയിങ്ങെടുത്തോണ്ടുവാ.. അച്ഛനെ നമ്മക്കറിയാവുന്നതല്ലേ..”

അച്ഛൻ ദേഷ്യപ്പെട്ടു: “വേണ്ടെന്ന് പറഞ്ഞില്ലേ.. പണ്ട് ഇയാടെ പശൂന്റെ അകിട് വെടിച്ചുകീറിയപ്പോ, അരച്ചിടാൻ ഞാൻ കുടകപ്പാലേടെ തൊലിയും തടീം കൊത്തിത്തന്നില്ലേ. അതിന്റെ കൊത ഇപ്പഴും, വീട്ടിലെ തടിയൻ പാലയില് ഇപ്പഴും കിടപ്പുണ്ട്. ഇതിപ്പോ രുചി കൂട്ടാനായിട്ട് ഇത് വെട്ടി ഉണ്ടാക്കണ്ട. അതീ കൊറച്ചുള്ള രുചി മതി.”

പിന്നാ കാക്കയെ ഞാൻ കണ്ടിട്ടില്ല. കുറച്ചു കാലം കഴിഞ്ഞ്, പിന്നൊരിക്കലും അച്ഛനെയും.

വെള്ളത്തോടും വെള്ളത്തിൽ കിടക്കുന്നതിനോടുമുള്ള ത്വര തന്നെ അച്ഛനെ കൊണ്ടും പോയി. കടപ്പുറത്തിനടുത്തെ മീൻമാർക്കറ്റിന്റെ നടത്തിപ്പ് ലേലത്തിൽ പിടിച്ച ഒരാളുമായി അടുത്തു. സഹകരണ ബാങ്കിൽ നിന്ന് റിട്ടയർ ചെയ്തതായതു കൊണ്ട് അയാൾക്കു വേണ്ടി കണക്ക് തിട്ടപ്പെടുത്തി കൊടുക്കുമായിരുന്നു. പിന്നൊരു സ്പിരിറ്റ് കച്ചവടക്കാരനും വന്നു കൂടി. കണക്കുണ്ടാക്കുന്നതിനിടയിൽ എല്ലാം ജലമയം. സ്പിരിറ്റും മീനും കോമ്പിനേഷനായി. പിന്നിൽ വയലിൽ പശുവില്ലാത്ത തൊഴുത്തിൽ ഒരു കട്ടിലിട്ട് പകൽ കൂട്ടുകാരുമൊത്ത് അവിടിരുന്നു. ഒരു ദിവസം ആശുപത്രിയിലായി. കൊല്ലത്ത് ഒരു ആശുപത്രിയിൽ കുറേ ദിവസം കിടന്നു. കള്ളു കുടിച്ചെന്നത് വിശ്വസിക്കാൻ പറ്റിയില്ല. ഡോക്ടർ പറഞ്ഞു: “വെറും സ്പിരിറ്റ്.”

കുറഞ്ഞില്ല. മെഡിക്കൽ കോളജ് ആശുപത്രിയിലേക്ക് കൊണ്ടു പോവുകയായിരുന്നു.

പെങ്ങൾ കണ്ണീരോടെ പറഞ്ഞു: “അച്ഛാ, ഇനിയെങ്കിലും കുടിക്കല്ലേ..”

അച്ഛൻ ക്ഷീണിച്ച ശബ്ദത്തിൽ പറഞ്ഞു: "ആദ്യം തിരിച്ചുവരുമോന്ന് നോക്കട്ട്.."

ഞങ്ങൾ നിശ്ശബ്ദമായിരുന്നിട്ട് പറഞ്ഞു.

"എല്ലാവന്മാർക്കും ഇഡ്ഡലി കൊടുക്കണോ. അതൊക്കെ നിങ്ങടെ ഇഷ്ടം. പക്ഷേ, ഒറ്റ ചടങ്ങ് നടത്തരുത്."

പെങ്ങൾ പറഞ്ഞു: "ചടങ്ങ് നടത്തീല്ലെങ്കീ ഇഡ്ഡലി കഴിക്കാൻ ആളു കാണത്തില്ല."

അച്ഛൻ കണ്ണിറുക്കിയിട്ട് പറഞ്ഞു: "എന്നാ പിന്നെ നടത്തിയെന്ന് കാണിച്ചിട്ട്, ബാക്കിയെല്ലാം കൂടി നമ്മുടെ തെക്കേ തോട്ടിലങ്ങ് തട്ടിയാ മതി. തമാശയല്ല! ആ ചാമ്പലും കൊണ്ടു നടക്കരുത്."

അച്ഛൻ തിരിച്ചുവന്നു, ഉയിരില്ലാരുന്നു..

ചന്ദനത്തിന്റെ കൃത്രിമഗന്ധവും പൂശി പൂജാസാധനങ്ങൾക്കൊപ്പം വില്ക്കുന്ന ചെളി ഉണ്ട ബന്ധുക്കളിലാരോ ബദ്ധപ്പെട്ട് അരച്ചു കൊണ്ടു വന്നു. ആരോ അച്ഛന്റെ നെറ്റിയിൽ ചാർത്തി കൊടുത്തു. ജീവിതത്തിൽ തൊട്ടിട്ടില്ലാത്ത ആളാണ്. ജഡമെടുത്തപ്പോ, പെങ്ങൾ തുടച്ചു കളഞ്ഞു. ധൈര്യശാലി. ഞാനിങ്ങനെ നഖം കടിച്ച് നില്ക്കുകയേയുള്ളൂ.

തുലാവർഷം മടങ്ങിയിട്ട് അധികമായിരുന്നില്ല. വയലു മുഴുവൻ നനഞ്ഞു കിടക്കുകയായിരുന്നു. ചിതയ്ക്ക് ചിരട്ടയെടുക്കണം. അതിനിത്തിരി കുഴിക്കണം. പക്ഷേ, വെള്ളം വന്ന് മുട്ടി നില്ക്കുകയാണ്. തൊട്ടാൽ വെള്ളമാണ്.

ആരോ വന്ന് പറഞ്ഞു: "ഇച്ചി കൂടി കരയിലേക്ക് വയ്ക്കാമായിരുന്നു."

ഞാൻ നോക്കിയപ്പോ, ചിത ഒരുക്കാനായി പറിച്ചു കൂട്ടിയതൊക്കെ കൂവച്ചെടികളാണ്. വെളുത്ത വേരും വെള്ള കിഴങ്ങുകളും. അതിൽ പലതിലും വാഴച്ചെടിയുടേത് പോലെ കുഞ്ഞുവെള്ളപ്പൂക്കൾ.

അതിനും ചരിത്രമുണ്ട്. റോഡിനടുത്ത് നിന്ന് വെള്ളം തെളിച്ചു വിട്ടോണ്ടിരുന്നപ്പോ, മാമാന്ന് വിളിക്കുന്ന ഒരു ബന്ധു. കൈയിൽ നിറയെ കൂവക്കിഴങ്ങ്. ഞാൻ പരിചയത്തിന്റെ പേരിൽ ചെന്നൊരെണ്ണം എടുത്തു. അയാളപ്പോ എന്റെ കൈയീന്ന് പിടിച്ചു വാങ്ങിച്ചിട്ടു. ഞാൻ സ്തംഭിച്ചു പോയി.

"അവള്ടെ കൊച്ചിന് ആദ്യത്തെ കുറുക്കിനൊള്ളതാ. അതീന്ന് എടുത്തൂട. ദോഷമാ."

എന്തൊരു അപമാനം. ഞാൻ ഒന്നും മിണ്ടിയില്ല.

അച്ഛൻ എന്നെ വിളിച്ചു. നിന്നില്ല. കരച്ചിൽ വരുന്നു.

രണ്ടു ദിവസം കഴിഞ്ഞ് അച്ഛൻ വൈകിട്ട് വന്നപ്പോ, കടുംപച്ച നിറത്തിലുള്ള ഒരു വലിയ കെട്ട് കൂവത്തൈ. അവിടെയുമിവിടെയുമൊക്കെ കുഴിച്ചിട്ടു. മനസ്സിൽ വിഷമം തോന്നിയതു കൊണ്ടാണോയെന്നറിഞ്ഞൂടാ. അതൊക്കെ പടർന്ന് പന്തലിച്ചിട്ടും ഞാനതീന്നൊരു കിഴങ്ങു പറിച്ച് തിന്നില്ല. അതിങ്ങനെ തോന്നിയിടത്തൊക്കെ വളർന്നു. ഒടുക്കം ബോധം

തിരിച്ചു വന്നപ്പോൾ, തിരുവനന്തപുരത്ത് എന്റെ വീട്ടുവളപ്പിൽ കുറേ കൂവത്തൈ കൊണ്ടു വന്നിട്ട് തെങ്ങിന്റെ മൂടുകളിൽ വച്ചു. ആരോ പറഞ്ഞു. "മൂട്ടിൽ ഇട്ടൂട. വളം വലിക്കും."

വലിക്കട്ടെ.

ആ ചെടികൾ നിറഞ്ഞു. പൂത്തു. എന്റെ മക്കൾക്കത് എന്തു തരം ചെടിയെന്ന് അറിഞ്ഞൂടാ. എന്നാലും നില്ക്കട്ടെ. നാഗരികന്റെ അഹങ്കാരത്തിൽ നിന്ന് എല്ലാവരും ഒരിക്കൽ മടങ്ങും. എന്റേതുൾപ്പെടെ സകലരുടെ അഭ്യാസവും ഒടുങ്ങും.

ആ നനവിൽ കിടന്ന് അച്ഛൻ ഇഷ്ടത്തോടെ എരിഞ്ഞു. തറയിൽ, വയൽവെള്ളം ചൂടിൽ തിളച്ച് പട പടേ പൊട്ടുന്ന ശബ്ദം കേൾക്കാമായിരുന്നു. ചിതയിലെ ചൂടിൽ നിന്ന് നനവ് വലിഞ്ഞൊട്ടുന്നതും, അതിലേക്ക് നനവ് പടേന്ന് പിന്നെയും വന്നു കൂടുന്നതും വിട്ടൊഴിയുന്നതും ആവർത്തിച്ചു കൊണ്ടിരിക്കുന്നു. ജലത്തിന്റെ ചാക്രിക സഞ്ചാരം സംഭവിക്കുകയാണ്.

സഞ്ചയനം കഴിഞ്ഞു. പേരിന് കുളിയും. ആളൊഴിഞ്ഞപ്പോ പെങ്ങൾ പറഞ്ഞു.

"ഇനിയാ കുടമെടുത്ത് തെക്കേത്തോട്ടിൽ തട്ടിയേരെ; അച്ഛൻ പറഞ്ഞതു പോലെ."

ഞാൻ മടിച്ചുനിന്നു. അവൾ പറഞ്ഞു.

"അച്ഛന്റെ വെള്ളം ഇവിടുന്നാ തുടങ്ങുന്നത്."

ഞാൻ അങ്ങനെ തന്നെ ചെയ്തു.

മൂന്നു കൊല്ലം കഴിഞ്ഞു. 2009.

ഞാൻ നാട്ടിൽ വന്നിട്ട് ഒന്നു രണ്ട് മാസമായിരുന്നു. വയലൊക്കെ പാഴ്ച്ചെടികൾ നിറഞ്ഞു കിടക്കുന്നു. വെള്ളമൊക്കെ ഇടിവെട്ടിയ ജന്തുവിനെ പോലെ നിശ്ശബ്ദം. തോട് കണ്ടപ്പോൾ ഞെട്ടിപ്പോയി. അച്ഛന്റെ ബാക്കികളെ കൊണ്ടു പോയ തോട്ടിൽ തുള്ളിവെള്ളമില്ല. അടിയിൽ കോൺക്രീറ്റ് ഇട്ടിരിക്കുന്നു. മീൻ മാത്രമല്ല, എത്ര ജലജീവിതം ആ ചെറിയ തോട്ടിലൂടെ ഒഴുകി അറബിക്കടലും, കേരളത്തിന്റെ പാതി വരുന്ന മുഴുവൻ ശുദ്ധജലത്തിന്റെയും ഭാഗവുമായിരുന്നതാണ്.

കോൺക്രീറ്റ് ഇട്ട അതിക്രമത്തെ ചെറുക്കാൻ ഒരു കൂട്ടായ്മയുമില്ലായിരുന്നു. അതൊന്നും ആർക്കും ശ്രദ്ധിക്കാനില്ല. എന്റെ രണ്ടു ബോധമുള്ള ബന്ധുക്കൾ, ഉള്ളിൽ ചില പച്ചപ്പ് കിടന്നതു കൊണ്ടാകണം പണി തടഞ്ഞു. ഇതിന്റകത്തെ ആമകൾ ഇനി നിന്റെ നെഞ്ചത്തു കൂടെ ഒഴുകിപ്പോകുമോടാ? എന്ന് ചോദിച്ചു.

വെള്ളമടിച്ചിട്ട് കോപ്രായം കാണിക്കുന്നെന്നായി ആരോപണം. കൊല്ലം നഗരസഭ, കോർപ്പറേഷനായതിന്റെ ഊറ്റത്തിൽ, കിട്ടിയ ഫണ്ട് കൊണ്ട് എവിടെയും കോൺക്രീറ്റ് വാരിയിടുകയാണ്. രാഷ്ട്രീയക്കാർ ഇടപെട്ടു. ഉള്ള എതിർപ്പും തീർന്നു. ഫണ്ട് തീർന്നപ്പോൾ കോൺക്രീറ്റും തീർന്നു. കടലിന്റെ അടുത്തെത്താൻ ജലം ആർത്തിയോടെ സഞ്ചരി

ക്കുന്ന വലിയ തോടിനടുത്തുവരെ ഇപ്പോ വേനലിൽ തുള്ളി വെള്ളമില്ല. വെള്ളമില്ലാതെ ഞാനാകെ തോട് കണ്ടിട്ടേയുണ്ടായിരുന്നില്ല. അത് മരിച്ചു. വികസനം വരുന്നു. എല്ലാവരും വികസനത്തിനൊത്ത് നില്ക്കണം.

3

ഞണ്ട്

വീട്ടിൽ കറന്റ് വന്നു; ഞാൻ ആറാം ക്ലാസിൽ പഠിക്കുമ്പോൾ. അച്ഛന് ഒരു താല്പര്യവുമില്ലായിരുന്നു.

ഞാൻ വയൽക്കാലം ഓർക്കാൻ കാര്യമുണ്ട്. ഒരു ദിവസം ആകാശവാണിയിൽ നിന്ന് വിളിച്ചു. വയലും വീടും പരിപാടിക്ക് 25 വയസ്സാകുന്നു. നാട്ടിൻപുറ ഓർമ്മകൾ വല്ലതുമുണ്ടോ? ഒരു അഭിമുഖം. വിളിച്ചവർക്ക് എന്റെ പശ്ചാത്തലമറിയില്ല. നമ്മൾ തന്നെ, നമ്മളെ മറന്ന് സ്വയംഭൂവെന്ന മട്ടിൽ നീങ്ങുകയുമായിരുന്ന ഘട്ടം. അത്ഭുതം തോന്നി. വയലും വീടും എന്ന പേരു പോലും എന്റെ വീടും വയലും കണ്ടിട്ട് ഇട്ടതാണെന്നായിരുന്നു, ആ റേഡിയോ പരിപാടി കേൾക്കുമ്പോൾ പണ്ടത്തെ എന്റെ ധാരണ. സംസാരിച്ചു വന്നപ്പോൾ ഓർമ്മകൾ മടങ്ങിയെത്തി.

അമ്മ പറഞ്ഞു: “പെൺകൊച്ച് നാലിലായി. കിടന്നുറങ്ങാൻ അടച്ചുറപ്പുള്ള ഒരു മുറിയെങ്കിലും വേണ്ടേ.”

ഞാനൊന്നുമറിഞ്ഞില്ലേ, രാമനാരായണ എന്ന മട്ടിൽ, പ്രധാന ഗൂഢാലോചനക്കാരനായ ഞാൻ മൂലയിലിരുന്ന്, പുളിശേരിയും മീനും ചേർത്തു കുഴച്ച പഴങ്കഞ്ഞി മോന്തിക്കൊണ്ടിരുന്നു.

അച്ഛൻ ഒന്നും മിണ്ടിയില്ല. അച്ഛൻ പുതുതായി അദ്ധ്വാനിച്ച് പിടിപ്പിച്ച നനകിഴങ്ങ് പുഴുങ്ങി തട്ടിയതിൽ നിന്നു വരുന്ന, പുക ഊതിക്കൊണ്ട് അച്ഛനിരുന്നു. എന്തോ ആലോചിച്ച്, എടുത്ത് കടിച്ചപ്പോൾ, അച്ഛന്റെ പല്ലിൽ നിന്നും പുക വന്നു. എന്നിട്ടതുമായി ഏഷണിക്കാരനായ എന്നെയൊന്ന് നോക്കി. ശേഷം എഴുന്നേറ്റിട്ട് പറഞ്ഞു: “അവന്റടുത്ത്, വരാൻ പറയാം.”

അച്ഛന്റെ ബന്ധുവും കൂട്ടുകാരനുമാണ് അവൻ. കൽപ്പണിമേശിരി.

അങ്ങനെ, വീടിനോട് തൊട്ടടുത്ത്, ഞങ്ങൾ ആദ്യമായി വാങ്ങിച്ച നിലം നികത്തി വീടു കെട്ടി. രണ്ട് കിടപ്പുമുറി. ഒരു കൊച്ചു സ്വീകരണമുറി.

അച്ഛൻ കൽപ്പണിമാമനോട് പറഞ്ഞു: "ടേയ്. വീടിന് പിന്നിൽ, ഒരു പത്തു പശുവെങ്കിലും നില്ക്കുന്ന ഒരു ഭയങ്കരൻ തൊഴുത്തു വേണം. നിലം നികത്തിയത് ചുമ്മാതാകരുത്."

"പത്തു പശുവോ? നിനക്ക് പ്രാന്താണോടാ..ഒരു അഞ്ചു പശുവിനുള്ളത് കെട്ടും."

അച്ഛനൊന്നും പറഞ്ഞില്ല. അങ്ങനെ കിടപ്പുമുറികൾ തീരെ ചെറുതാവുകയും തൊഴുത്ത് പടപണ്ടാരം പോലെ ഒന്നാവുകയും ചെയ്തു. ഒരു എരുമ, ഒരു പശു, അതിന്റെ കുട്ടി വരെ എത്തിയപ്പോഴേക്കും അമ്മ കലാപമുയർത്തി. ഉദ്യോഗവും വീടുപണിയും ഉരുക്കളെ നോക്കലും, വയലിൽ സഹായവും.. എല്ലാം കൂടി പറ്റില്ല. രണ്ട് ഉരുവിൽ ഒന്ന് വിറ്റു പോയി. കാലക്രമേണ അതും നിന്നു.

വികസനത്തിന്റെ മണം നമുക്ക് തട്ടിപ്പോയിരുന്നു. വികസനവിരോധിയായ അച്ഛൻ, ആദ്യമായി ഒന്നിളകിയതിൽ എനിക്കു സന്തോഷമുണ്ടായിരുന്നു. പക്ഷേ, ഹോച്ചിമിന്റെ ഭവനമായ പലകക്കൊട്ടിൽ ഇപ്പോൾ ഇടിച്ചു പൊളിച്ചു കളയുമെന്നായിരുന്നു നമ്മുടെ പ്രതീക്ഷ. പക്ഷേ, അച്ഛൻ പറഞ്ഞു: "അമ്മയ്ക്കും മക്കൾക്കും അടച്ചുറപ്പോടെ കിടന്നുറങ്ങിയാ മതിയല്ലോ."

പലകക്കൊട്ടിൽ തൊടാനോ, അത് ഉപയോഗിക്കാതിരിക്കാനോ അച്ഛൻ സമ്മതിച്ചില്ല. അങ്ങനെ അത് അടുക്കളയും ഡൈനിങ് റൂമുമായി തുടർന്നു. അതിന്റെ വൈരാഗ്യം നമ്മുടെ ഉള്ളിൽ കിടക്കുകയാണ്.

അടുത്ത കലാപം നമ്മൾ മുന്നോട്ടു വയ്ക്കുന്നു. മണ്ണെണ്ണച്ചിമ്മിനി വിളക്കിൽനിന്നുള്ള പുക മൂക്കിൽ പോകുന്നു. ഒരുപാട് കുനിഞ്ഞിരുന്ന് വായിക്കേണ്ടി വരുന്നു. കഴുത്തിന് വേദന.

അച്ഛന് സൂക്കേട് പിടി കിട്ടി. അതാ മുഖം കണ്ടാൽ മനസ്സിലാകും. ഞാൻ തല കുനിച്ചു.

രണ്ടു ദിവസം കഴിഞ്ഞ്, അച്ഛനൊരു റാന്തലുമായി വന്നു.

"ഇനി പുകയടിക്കില്ല."

തല്ക്കാലം ഒന്നടങ്ങിയെങ്കിലും റാന്തലിൽ കരി പിടിക്കുന്നുവെന്നതായിരുന്നു പ്രധാന ആരോപണം. അച്ഛന്റെ ഹോച്ചിമിൻ സങ്കല്പത്തിന് കറന്റടി കൊടുക്കുകയാണ് ലക്ഷ്യം. ഒരിക്കൽ റാന്തലിലെ കരി തുടയ്ക്കുമ്പോൾ, എന്റെ കൈ നിസ്സാരമായൊന്നു പൊള്ളിയെങ്കിലും, ഞാനത് വലിയൊരു സംഭവമാണെന്ന് കരുതി കരഞ്ഞു.

അങ്ങനെ രണ്ടു മൂന്ന് വീട്ടുകാരുമായി ചേർന്ന് വളരെ ദൂരത്തോളം വയലിലേക്ക് കറന്റു വലിക്കാൻ അച്ഛൻ മനസ്സില്ലാ മനസ്സോടെ സമ്മതിച്ചു.

കറന്റു വന്നു. അത് വെളിച്ചത്തിന്റെ വേറൊരു ലോകമാണ്. തീയുടെ ഓറഞ്ചു വെട്ടമല്ല, ഇനി മുറിക്ക്. മഞ്ഞപ്രകാശമാണ്. ശീലിച്ചിട്ടില്ലാത്തതു കൊണ്ട് കണ്ണു പുളിക്കും. ആ തരം വെട്ടവുമായി ഇണങ്ങാൻ അല്പം കാലമെടുത്തു. ആദ്യദിവസ രാത്രികൾ എളുപ്പമല്ലായിരുന്നു. പുതിയ

വീട്ടിൽ ഗ്ലാസ് കൊണ്ടുള്ള ജനാലയായിരുന്നു. അത് ഫാഷനായി വന്ന കാലം. ഗ്ലാസാകുമ്പോൾ കുറച്ചുവെട്ടം ഉള്ളിലേക്ക് കടക്കും. അതിൽ തൃപ്തരായി മലയാളി സദാ ജനലുകൾ അടച്ചിടുന്ന ശീലം തുടങ്ങിയത് അവിടുന്നാണ്. വീടിനുള്ളിലേക്ക് വായുസഞ്ചാരം കുറഞ്ഞു. വെന്റിലേറ്ററുകളുടെ വീതി തീരെ കുറഞ്ഞു. അതിന്മേൽ പിന്നെ പ്രാവും കുരുവിയും കൊതുകും കയറാതിരിക്കാൻ അഴിയിട്ടു.

ഗ്ലാസ് കൊണ്ടുള്ള ജനാലയും കറന്റുവെളിച്ചവും രാത്രിജന്തുക്കൾക്ക് പലവിധ ദൂഷ്യങ്ങളുണ്ടാക്കുന്നതായിരുന്നു. വെട്ടം വന്ന ആദ്യ രാത്രി എനിക്ക് ഓർമ്മയുണ്ട്.

ഞങ്ങൾ രാത്രി, ഒരു ഗമയ്ക്ക് സ്വീകരണമുറിയിലെയും, പുറത്തെയും ബൾബ് അണച്ചില്ല. സന്തോഷത്തിൽ എനിക്ക് ഉറങ്ങാൻ പറ്റുന്നില്ല. പെട്ടെന്നാണ് ഗ്ലാസിൽ വന്ന്, ആരോ പടപട ഇടിക്കുന്ന ശബ്ദം. ഞാൻ പേടിച്ചു. പിന്നെയും ശബ്ദം. എഴുന്നേറ്റപ്പോൾ, അച്ഛൻ വാതിൽ തുറക്കുന്ന ശബ്ദം. അച്ഛൻ തിരികെ വന്നു. എന്താണെന്ന് ചോദിച്ചപ്പോ, അച്ഛനും മറുപടിയില്ല. പിറ്റേന്ന് വെളുത്തപ്പോൾ പുരയ്ക്കകത്ത് മൂന്ന് കൊമ്പൻചെല്ലി, രണ്ട് നിശാശലഭം. ഒന്ന് രണ്ട് ആട്ടാൻ പുഴു, പ്രകാശമില്ലാതെ കുറേ നിറംകെട്ട മിന്നാമിനുങ്ങുകൾ, പച്ചനിറത്തിലും അല്ലാതെയുമുള്ള കുഞ്ഞു വണ്ടുകൾ, ചാഴികൾ, നാറുന്ന അമ്മണവണ്ടുകൾ എന്നിങ്ങനെ.

വെളിയിലിറങ്ങിയപ്പോൾ മൂന്നു കുട്ടയ്ക്ക് അമ്മയ്ക്ക് ചുമന്നു മാറ്റാനായി, ഈയലുകളുടെ ചിറകുകൾ. അവയ്ക്കു പിന്നാലെ ഉറുമ്പും. ചിറകുപേക്ഷിച്ച് മണ്ണിലേക്ക് നടന്നുപോകാനാകാതെ വഴി തെറ്റിയ, വീണ്ടും ഉറുമ്പായ ഈയലുകൾ. ഉമ്മറത്തു തന്നെ മൂലയിൽ പേടിച്ചു വിറച്ചിരിക്കുന്ന ഒന്നു രണ്ട് ചൊറിയൻതവളകളും മൂന്നാല് പച്ചവരയൻ മാക്രികളും. അമ്മ പശുവിനെ മാറ്റിക്കെട്ടാനായി ചെന്നപ്പോൾ, വലിയ തൊഴുത്തിന്റെ ഒരു മൂലയിൽ ഓല അടുക്കി വച്ചിരിക്കുന്നതിന്റെ പുറത്ത്, ഒരു കൊച്ചു കുഞ്ഞുറങ്ങുന്നതു പോലെ ശാന്തമായി, ഒരു ഭയങ്കരൻ കരിഞ്ചേര, എട്ടടുക്കിന് ചുരുണ്ട്, ഒരു തേരട്ടയെപ്പോലെ കിടന്നുറങ്ങുന്നു. രണ്ടു തവളകളെങ്കിലും അത് ശാപ്പിട്ടിരിക്കുന്നതിന്റെ നിലവിളികൾ തൊട്ടടുത്ത് നിന്ന് തലേ രാത്രിയിൽ ഞാൻ കേട്ടിരുന്നു.

ഗ്ലാസിൽ ഇടിച്ചു കൊണ്ടിരുന്നത് കൊമ്പൻ ചെല്ലിയാണെന്ന് പിന്നെ മനസ്സിലായി. പല തരം കുഞ്ഞ് രാവണ്ടുകളും ദുർബ്ബലമായി വെളിച്ചത്തിലേക്ക് കയറാൻ ശ്രമിക്കും. ഇവയ്ക്ക് കയറിയിറങ്ങാൻ പറ്റുന്ന വലിയ വ്യാസമുള്ള മൂന്നു കോൺക്രീറ്റ് ദ്വാരങ്ങളായിരുന്നു ഞങ്ങളുടെ വെന്റിലേഷൻ. അതിനാൽ പിന്നീട്, ഇടയ്ക്ക് ഉണരുമ്പോൾ, മുറിയിൽ പലയിടത്ത് മിന്നാമിനുങ്ങുകൾ ഇരുന്ന് തിളങ്ങുന്നുണ്ടായിക്കും. നമ്മുടെ നെറ്റിയിൽ പറക്കാൻ പഠിക്കുന്ന ഒരു കുഞ്ഞുനിശാശലഭം ഉണ്ടാകും. സന്ധ്യക്ക് ചിലകാലത്ത് പറക്കുന്ന ഉറുമ്പു വരും. അതു മാത്രം ദേഹത്തിരിക്കുമ്പോ കടിക്കും; ഒരു കാരണവുമില്ലാതെ. ചിറകുള്ള ചിതലുകൾ

ദേഷ്യം വന്നാലേ കടിക്കൂ.. ചിതലിന്റെ കടി ഉറുമ്പു കടിക്കുന്നതു പോലെയല്ല. കുറേക്കൂടി പെട്ടെന്ന് വേദന മസ്തിഷ്കത്തിലെത്തും. നമുക്കു ദേഷ്യം വരും. പിറ്റേന്ന് വീണു കിടക്കുന്ന ചിറകു കണ്ടാൽ അറിയാം. ഉറുമ്പേത്. ചിതലേതേന്ന്. ഉറുമ്പിന്റേതിന് ഇത്തിരി കറുപ്പു കാണും. ചിതലിന്റേത് എല്ലാം ഒരേ വലിപ്പമായതു കൊണ്ട് നമുക്ക് വിരലിനിടയിൽ നിറയെ അടുക്കി വെക്കാം. ഉറുമ്പിന്റെ ചിറകിന് ഒരേ വലിപ്പമല്ല. ഇടവപ്പാതിയിൽ മഴ പെയ്യാതെ നില്ക്കുന്ന ദിവസങ്ങളിൽ, കാറ്റിന് ഇച്ചിരി മൂച്ചു കൂടുതലായിരിക്കും. തെക്കുപടിഞ്ഞാറു നിന്ന് കടലീന്ന് കയറി സകല മരങ്ങളെയും വിറപ്പിക്കും. അങ്ങനെ വരുന്ന കാറ്റ്, നമ്മുടെ മേത്ത്, വീഴുമ്പോഴേക്കും ആകാശത്തേക്ക് വിരലുകൾക്കിടയിലിരിക്കുന്ന ഈയൽച്ചിറകുകൾ ഊതിപ്പറത്തണം വയലിൽ നിറഞ്ഞു കിടക്കുന്ന വെള്ളത്തിലും, പിന്നെ ആകാശത്തിലേക്കും, വയലിലെങ്ങും അത് പാറും. വയലിലെവിടെങ്കിലും ഒളിച്ചിരിക്കുന്ന ചെറിയ കിളികളിൽ ചിലത് പാഞ്ഞു വരും. അന്തരീക്ഷത്തിൽ വച്ചു തന്നെ കൊത്തിത്തിന്നാൻ.

ചിറകുപേക്ഷിച്ച ഈ ഈയലുകളൊക്കെ വെളിച്ചം നല്ല ലക്ഷണമാണെന്ന് കരുതി, പറന്നിറങ്ങുകയും, അവിടെ തമ്പടിക്കാമെന്ന് കരുതി ചിറകു ഉപേക്ഷിക്കുകയുമാണ് പതിവ്. പിന്നീടാണ് വെളിച്ചം കൃത്രിമമാണെന്ന് മനസ്സിലാകുന്നത്. തിരികെ ചിറകുകളെടുത്ത് ഫിറ്റ് ചെയ്യാൻ പ്രകൃതി അതിനെ പഠിപ്പിച്ചിട്ടുമില്ല. മനുഷ്യന്റെ വരുംകാല പുരോഗമനങ്ങളെ അത് തിട്ടപ്പെടുത്തിയിരുന്നില്ല. കാലത്ത്, കാലത്ത് കോഴികൾക്ക് ആഹാരമാകാനായിരുന്നു, ഞങ്ങളുടെ വീടിന്റെ വെളിയിലെ ബൾബ് അണയ്ക്കാൻ വിട്ടു പോയാൽ, മഴക്കാലത്തെ അതിന്റെ വിധി.

അത്രയെങ്കിലും ധാരണാശേഷി ഇല്ലാത്ത, എന്റെ അച്ഛന്റെ അമ്മ പക്ഷേ, അന്ന് പറഞ്ഞ ഒരു വാചകം വിസ്മയിപ്പിക്കുന്നതായിരുന്നു. വെട്ടം വന്നതോടെ, രാത്രി മുഴുവൻ കൊമ്പൻ ചെല്ലികൾ, പുരയ്ക്കകത്ത് കയറി, ഹെലികോപ്ടർ പോലെ പറന്നു നടന്ന്, പല വട്ടം ചുമരിലിടിച്ച് മലർന്ന് വീണ്, ഒന്നുരണ്ട് തവണ എഴുന്നേറ്റ്, ശേഷം വയ്യാതെ, പുലരുമ്പോഴേക്കും അങ്ങനെ തന്നെ മയങ്ങിക്കിടക്കും. അമ്മ തൂത്ത് വെളിയിലെറിഞ്ഞ് കാക്ക വന്ന് കൊത്തിപ്പറിക്കുമ്പോഴും അത് ഒരു തരം നിസ്സംഗതയിലായിരിക്കും. ഇതിനെയൊക്കെ തൂത്തു മാറ്റാനേ സമയമുള്ളൂവെന്ന് അമ്മ പറഞ്ഞപ്പോഴാണ് അമ്മച്ചി (അച്ഛന്റമ്മ) പറഞ്ഞത്:

“രാത്രിയിൽ എല്ലാ ജീവികളും സഞ്ചാരം തുടങ്ങുന്നത് നിലാവുദിക്കുമ്പോഴാണ്. അതിന്റേടേല് വേറെ വെട്ടം വന്നാ അതൊക്കെ എന്തോ ചെയ്യും?”

നേരായിരിക്കും.

തണുത്ത വെട്ടമാണ് നിലാവ്. ഉഷ്ണമുള്ള എല്ലാ വെളിച്ചവും അതിന് ഹാനിയാണ്. മാത്രമോ, തീയുടെ വെട്ടം ഇരുട്ടിലേക്ക് പെട്ടെന്ന് ലയിച്ചു ചേരുന്നതാണ്. ഇലക്ട്രിക്ക് വെട്ടം അങ്ങനെ അലിഞ്ഞു ചേരില്ല.

ശേഷമാണ് ചന്ദ്രൻ എപ്പോൾ ഉദിക്കുമെന്ന് ശ്രദ്ധിക്കാൻ തുടങ്ങു

ന്നത്. ചന്ദ്രോദയം വയലുകളുടെ വിശാലതയിൽ വലിയ കാഴ്ചയാണ്. നേരാണ്, നിലാവിന്റെ ആദ്യത്തെ പാളി ഭൂമിയിൽ വന്നടിക്കുന്നതേ, ചെടിയിൽ നിന്നൊരു ഇല, ഗുരുത്വാകർഷബലത്തിനെതിരെ നീങ്ങുന്നതു പോലെ, പേരറിയാത്ത ചില കിളികൾ, ഇലത്തുമ്പത്തു നിന്ന് ഠീന്ന് ആകാശത്തേക്ക് പറക്കും. മെല്ലെ ആകാശത്ത് പലവിധ സഞ്ചാരങ്ങളുണ്ടാകും.

അതീപ്പിന്നെ പലതും ശ്രദ്ധിച്ചു. മിന്നാമിനുങ്ങളെ കൂടുതൽ. തൊടിയിൽ പാഴ്ച്ചെടികളും വള്ളിപ്പടർപ്പുകളും കയറിക്കിടക്കുന്നതിന്റെ മുകളിലായി അവയെ കാണാം. അവിടുന്ന് തെങ്ങിലേക്കും തെങ്ങിന്റെ മുകളിൽ നിന്ന് താഴേക്കും പറന്നിറങ്ങുന്നതു കാണാം. ഒരിക്കൽ മാത്രം അദ്ഭുതകരമായ ആ ദൃശ്യം കാണാൻ കഴിഞ്ഞു. മിന്നാമിനുങ്ങളുടെ ഞങ്ങളുടെ വയലിലെ സംസ്ഥാന സമ്മേളനം. പടിഞ്ഞാറൊരു ഉദി മരം നില്പ്പുണ്ടായിരുന്നു. ഒരു പാഴ്മരമാണ്. എവിടെയും ആരുടെയും അനുവാദമില്ലാതെ കിളിച്ചു വരും. വളർന്നു വലുതാകും. അതങ്ങ് വെട്ടിക്കളയണമെന്ന് അച്ഛൻ വിചാരിക്കുന്ന ദിവസമാണ്, ഒരു ദിവസം രാത്രിയിൽ കോഴിക്കൂട് അടച്ചോയെന്ന് അമ്മയ്ക്കൊരു സംശയം. ചിമ്മിനിയും തെളിച്ച് ഞാൻ വീടിന് കുറേ പുറകിലായി കെട്ടിത്തൂക്കിയിട്ടിരിക്കുന്ന കോഴിക്കൂട്ടിലേക്ക് നോക്കി. അടച്ചിട്ടുണ്ടായിരുന്നു. തിരിഞ്ഞപ്പോഴാണ് ഉദിമരം കിടന്ന് തിളങ്ങുന്നു. ഒരു അഞ്ഞൂറ് മിന്നാമിനുങ്ങുകളെങ്കിലും കാണാം. വിളക്കും പിടിച്ച് ഞാനവിടെ നിന്നു. വേറൊരു മിന്നാമിന്നു പോലെ. ഇരുട്ടിലൊരു മരത്തിന് തണുത്ത തീ പിടിച്ച പോലെ, പച്ചമഞ്ഞ മിനുക്കവുമായി, ആകാശത്തെ നക്ഷത്രങ്ങളൊക്കെ വന്ന് കൂടുകൂട്ടിയ പോലെ. ചിലത് പ്രകാശം കൊഴിഞ്ഞ് താഴേക്ക് വീണ് മിന്നി മിന്നി പിന്നെ അണഞ്ഞേ പോയി.

ഓരോ മിന്നിമിനുങ്ങുകളും അതിന്റെ പ്രകാശം കൊണ്ടാണ് സംസാരിക്കുന്നതെന്നാണ് തോന്നുന്നത്. നോക്കിയിരുന്നാൽ അറിയാം, ഒരേ പോലല്ല പ്രകാശം. മിന്നിക്കുന്നതിന്റെ രീതിക്ക് വ്യത്യാസമുണ്ട്. അത് ശാസ്ത്രജ്ഞർ പറയുന്നതു പോലെ, ഇണയെ ആകർഷിക്കാനാണെന്ന് തോന്നുന്നില്ല. സദാ ഇണയെ അന്വേഷിച്ചുകൊണ്ടിരിക്കുക എന്നത് പ്രകൃതിനിയമമല്ല.

മിന്നാമിന്നുകളും നിലാവിന്റെ സ്പർശമുള്ള ദിവസങ്ങളിലാണ് കൂടുതൽ ഊർജ്ജസ്വലരാകുന്നത്. അതിന് മനുഷ്യരെ പേടിയുമില്ല. അതിനെ പിടിക്കാൻ പാടുമില്ല. പക്ഷേ, അതിന്റെ ജീവരഹസ്യങ്ങളൊന്നും കണ്ടിട്ടില്ല, അറിഞ്ഞിട്ടുമില്ല. എനിക്കു ചുറ്റും പത്തു പതിനഞ്ച് ഏക്കറോളം വിജനമായി, തൊടിയും കാടും പടലും വയലും തോടുമായി സദാ നനഞ്ഞു കിടക്കുന്ന പ്രദേശത്തിനിടയിൽ, പല തരം പുഴുക്കളെ കണ്ടിട്ടുണ്ട്. സുതാര്യമായതും പ്രകാശിക്കുന്നതുമായ ഒരു തരം പുഴു ഉണ്ട്. അതിൽ നിന്നല്ല, ഏതായാലും മിന്നാമിനുങ്ങുണ്ടാകുന്നത്. രണ്ട് അവസ്ഥകളിൽ, ഒരു ജന്മം ഒരേ സ്വഭാവം കാണിക്കില്ല.

വയലിൽ ചില അപ്രതീക്ഷിത കാറ്റുകളുണ്ട്. ടപ്പനേന്ന് വീഴും. ഒരി

ടത്തെ വായുവിനെ മാത്രം ഇളക്കിമറിക്കും. അപ്പോൾ ഇലകളുടെ തുമ്പിലായി പോയ, തീറ്റപ്പണ്ടാരങ്ങളായ ചില പുഴുക്കൾ നിലത്തു വീഴും. ഓറഞ്ചും വെള്ളയും പുള്ളികളുള്ള മനോഹരമായ ചില പുഴുക്കളാണ് ഇക്കാര്യത്തിൽ ദുർബ്ബലന്മാർ. അപ്പോൾ അവ താഴെ നിന്ന് ഒന്നൊന്നായി വീണ്ടും തലയുയർത്തി, ചുണ്ടു കൊണ്ട് പരതി, വീണ്ടും മരത്തിലേക്ക് കയറണം. ഇതിനിടയിൽ നെയ്യുറുമ്പുകളുടെ കൂട്ടം ആക്രമിക്കും. ജീവനോടെ തന്നെ അവയെ എടുത്തുയർത്തിയൊരു ശവയാത്രയുണ്ട്. അപ്പോഴും, പുഴുക്കൾ പ്രകാശിച്ചുകൊണ്ടേയിരിക്കുകയും ചെയ്യും. അതേ സമയം, നിശാശലഭങ്ങളുടെയും ചിത്രശലഭങ്ങളുടെയും ജീവിതം വളരെ വ്യക്തമാണ്. എത്രയോ തവണ, ശല്യപ്പെടുത്തല്ലേ, ഞാനൊന്ന് ജനിച്ചോട്ടെ എന്നു പറഞ്ഞ്, അവ ജനിക്കുന്നത് കണ്ടിട്ടുണ്ട്.

പട്ടാള ഉടുപ്പിട്ട വളരെ സാധാരണ കാണുന്ന നിശാശലഭമായിരുന്നു ഞങ്ങളുടെ പറമ്പിൽ ഏറെയും. അതിന്റെ പ്യൂപ്പ തിന്നുന്ന ഏതോ ഇല, പരിസരത്ത് ഇഷ്ടം പോലെയുണ്ടായിരുന്നിരിക്കണം. നല്ല നിലാവുള്ള രാത്രികളിൽ അവ അത്യാവശ്യം നന്നായി പറക്കുമെന്നും കണ്ടു പിടിച്ചു.

നിലാവ്, വയലു പോലുള്ള വെളിപ്രദേശങ്ങളിൽ നല്ലൊരു പ്രകാശസ്രോതസ്സാണെന്നും, അതിനെ അളന്ന്, ഇരുട്ടും നിഴലും നോക്കി നടന്നാൽ പ്രപഞ്ചത്തിന്റെ ഏറ്റവും മനോഹാരിത കണ്ടെത്താമെന്നും അങ്ങനെ ഞാൻ കണ്ടെത്തിയത് അമ്മച്ചി ചുമ്മാ പറഞ്ഞ വാചകത്തിലായിരുന്നു. അമ്മച്ചിക്ക് (അച്ഛമ്മ)ചില വിശേഷാൽ ധാരണകളുണ്ടായിരുന്നു. ജന്മസിദ്ധമായിരുന്നിരിക്കണം. കാരണം അമ്മച്ചിയുടെ അച്ഛൻ, മോശക്കാരനായിരുന്നില്ല. ഒരുപാട് റോഡുകൾ പണിത, ഭയങ്കരമായി ഇംഗ്ലീഷ് എഴുതുന്ന, സായിപ്പിന്റെ അടുത്ത ആളായ വർക്ക് സൂപ്രണ്ട് എന്ന പഴയ എഞ്ചിനീയറായിരന്നു. 1936 ൽ മൂപ്പിലാൻ, ഇംഗ്ലീഷിലും മലയാളത്തിലുമെഴുതിയ ദിനക്കുറിപ്പുകളുടെ ഒരു പുസ്തകം, അമ്മച്ചി രഹസ്യമായി എനിക്ക് തന്നിട്ടുണ്ട്. ഇതു പോലെ ഇംഗ്ലീഷെഴുതണമെന്ന് പറഞ്ഞ്. ഇംഗ്ലീഷിന്റെ കാര്യത്തിൽ, ഞങ്ങളുടെ കുടുംബം അവിടുന്നിങ്ങോട്ട് കുത്തനെയൊരു വീഴ്ചയായിരുന്നു. ഞാനും പെട്ടു.

ഒരു ദിവസം കുഞ്ഞിലേ, ഒരു അര കിലോമീറ്ററിനപ്പുറം, അമ്മച്ചിയുമായി അമ്മാവനെ കാണാൻ പോയ രംഗം ഓർക്കുന്നു. പെരുമഴ ദിവസം. ഇടയ്ക്ക് മഴ വിട്ട്, കുറച്ചു വെട്ടം വന്നപ്പോൾ ഞങ്ങൾ നടന്നു. അമ്മാവൻ വക്കീലായിരുന്നു. കണ്ടു. കുടുംബകാവുമായി ബന്ധപ്പെട്ട എന്തോ പറയാനാണ് പോയത്. അന്ന് കാവ് നോക്കിനടത്തുന്നത് അമ്മച്ചിയായിരുന്നു.

തിരികെ നടന്നപ്പോൾ പടിഞ്ഞാറു നിന്ന് ആർത്തലച്ച് മഴ വന്നു. അമ്മച്ചിയുടെ പ്രധാന കുടുംബശാഖ തൊട്ടടുത്തായിരുന്നു. വാ നമുക്കങ്ങോട്ട് കേറിനില്ക്കാമെന്ന് പറഞ്ഞു. ഒന്നു രണ്ട് ഏക്കറിലൊരു പറമ്പ്. അച്ഛന്റെ കുടുംബവീട് പോലെ തന്നെ, തടി കൊണ്ടുള്ള ഒരു വലിയ വീട്. എങ്കിലും മൊത്തത്തിലുള്ള വശപ്പിശക് തോന്നുമായിരുന്നു. ഞങ്ങൾ

ഓടി അങ്ങോട്ടു ചെന്നു. വിശാലമായ പൂമുഖത്തു ചെന്നപ്പോ തന്നെ ഏതോ താമസക്കാർ, പനമ്പായ എടുത്തിട്ട്, അക്കച്ചി ഇങ്ങോട്ടിരിക്ക് എന്ന് പറഞ്ഞു. ഭീകരമായ കാറ്റടിച്ചു. മുകളിൽ ഓടിന്റെ ഇടയിൽ നിന്ന് ഒരു തുള്ളി വെള്ളം എന്റെ പുറത്തു വീണു. ആകാശത്തേക്ക് നോക്കിയപ്പോൾ ഓടിന്റെ വിടവുകൾക്കിടയിൽ, വെള്ളം തുടർച്ചയായി ഇറങ്ങി. പായൽ പിടിച്ചിരിക്കുന്നു. താഴെ മുട്ടയും ചിരട്ടക്കരിയുമൊക്കെ ചേർത്ത് മിനുസപ്പെടുത്തിയ, തറയിലും പൂപ്പലുകൾ. പെട്ടെന്ന് കാറ്റിൽ, എന്നെ പേടിപ്പെടുത്തുന്ന മട്ടിൽ വരാന്തയിൽ നിന്നിരുന്ന മരത്തിന്റെ തൂണുകൾ ആടിത്തുടങ്ങി. മുൻവശത്തെ ചില തൂണുകളൊന്നും കാണാനില്ലായിരുന്നു. അതിനാൽ ചിത്രപ്പണിയുള്ള മോന്തായം നിന്ന് ആടിത്തുടങ്ങുന്നത് ഞാൻ കണ്ടു. മരം ഞെളിപിരി കൊള്ളുന്നു. ഇപ്പോഴിതെല്ലാം മറിഞ്ഞു ദേഹത്ത് വീഴുമെന്ന് ഭയന്നു. ഞാൻ പറഞ്ഞു: "അമ്മച്ചീ പോകാം."

അകത്തു നിന്ന് താമസക്കാരിയായ സ്ത്രീ പുറത്തു വന്നിട്ട് പറഞ്ഞു.

അവന്മാര്, വന്ന് തൂണെല്ലാം ഇളക്കി നിർത്തിയിരിക്കുകയാ. മൂന്നാലെണ്ണം കൊണ്ടുപോയി. വേറെ ഗതിയില്ലാത്തതു കൊണ്ടാ അക്കച്ചീ, ഞങ്ങൾ ഇവിടിങ്ങനെ. കണ്ടില്ലേ, തൊട്ടു മുന്നിലൊക്കെ കുളം കോരി മണ്ണെടുത്തു പോയി. ഈ തറവാട് വീഴാനാ. തടിയെല്ലാം കൊണ്ടു പോകാമല്ലോ. ഞങ്ങളൊക്കെ അപ്പോ ചത്തു പോകും.

അവർ നെഞ്ചിലിട്ടിരിക്കുന്ന കരപ്പനടിച്ച കീറത്തോർത്തു കൊണ്ട് കണ്ണുപൊത്തി.

"ഇനി ചത്തില്ലേ തന്നെ, ഞങ്ങളാ കട്ടോണ്ടു പോയതെന്ന് പറയരുത്. ഇനിയിപ്പോ അതൂടെ കേട്ടാ.."

"നീ അടങ്ങ് പെണ്ണേ..കൊണ്ടു പോകുന്നവനൊക്കെ കൊണ്ടു പോട്ടേ.." എന്നൊക്കെ പറഞ്ഞ് അമ്മച്ചി സമാധാനിപ്പിക്കുന്നതു കണ്ടു.

അവർ ഗ്ലാസുമായി അകത്തേക്ക് പോയപ്പോ, ഞാൻ പറഞ്ഞു.

"അമ്മച്ചീ എനിക്ക് പേടിയാകുന്നു." കാറ്റിൽ മുറ്റത്തെ പുളിമരം നിന്ന് വിറയ്ക്കുകയാണ്. അതിൽ ചുവന്ന പട്ടു ചുറ്റിയിട്ടുണ്ട്. അത് പൂത്തതേയുള്ളൂ. അത് പുളിയാകുമ്പോൾ അവകാശം സ്ഥാപിച്ചിരിക്കുകയാണ്. വേറാരെങ്കിലും തൊട്ടാൽ അപകടം. തൂവാനമടിച്ച്, എന്റെ നിക്കറിലൊക്കെ നൂറു നൂറു കുഞ്ഞു വെള്ളത്തുള്ളികൾ.

ഇപ്പോ മുറ്റം നിറയെ കായലു പോലെ വെള്ളം നിറഞ്ഞു. വെള്ളത്തിന്റെ ഓളത്തിനൊപ്പം ആ വീടിന്റെ ആട്ടവും കൂടി വരുന്നതായി തോന്നി. എനിക്ക് തല കറങ്ങി. അമ്മച്ചി എന്നെ സമാധാനിപ്പിക്കാൻ കഥ പറഞ്ഞു:

പണ്ട് കായലു വഴി, ഇങ്ങോട്ടൊരു ആറുണ്ടായിരുന്നു. ആറ്റിൻപുറം വീടിന് പേര് അങ്ങനുണ്ടായതാ. ആ ആറിൽ നിന്ന് ഇവിടുത്തെ വയലിലേക്ക് വെള്ളം കയറുകയും ഇറങ്ങുകയും ചെയ്യുമായിരുന്നു. ആറിൽ നിന്ന് മീൻമുതലകൾ വന്ന് വയലിൽ നിന്ന് മീൻ പിടിച്ചു തിന്നുമായി

രുന്നു.

മീൻമുതലയുടെ രൂപമെനിക്ക് സങ്കല്പമില്ല. ഞാൻ വിശ്വസിച്ചത്, അതിലൊരു ഭയങ്കര മുതലയാണ്, ആ വീട് കുലുക്കിക്കൊണ്ടിരിക്കുന്നതെന്നാണ്. ശേഷം മുതലകളും ഇത്തരമൊരു തറവാടുമായി ബന്ധപ്പെട്ട്, അന്നത്തെ ഓർമ്മയിൽ നിന്ന് ഞാനൊരു ഭാവനാപുസ്തകമെഴുതി. അതെഴുതിയപ്പോൾ പഴയ തലകറക്കം ഓർമ്മയിൽ ചുറ്റി തിരിച്ചുവന്നു.

ആ വീട്, പത്തു മുപ്പത്തഞ്ചു കൊല്ലത്തിനിപ്പുറം തകർന്നു തരിപ്പണമായിട്ടുണ്ടാവുമെന്ന് കരുതിയാൽ തെറ്റി. അതിലിപ്പോഴും ആടുന്നുണ്ട്. വീണിട്ടില്ല. ഇന്നും താമസക്കാരുണ്ട്; ഈ കുടുംബശാഖയിലെ ആലംബമില്ലാത്ത ആരൊക്കെയോ. അത് വീഴാൻ പ്രകൃതി എളുപ്പം അനുവദിക്കില്ല. അത്ര നന്മ അതിലുണ്ട്. കാരണം, അത് ആർക്കും വില്ക്കാൻ പറ്റില്ല. അതാരുടേതുമല്ല. എല്ലാവരുടേതുമാണ്. അങ്ങനൊരു പണിയാണ് ഹൃദയാലുവായ ഒരു കാരണവർ ചെയ്തു വച്ചിട്ടു പോയത്. അതിന്റെ പ്രമാണമെഴുതുന്ന സമയത്തു ആ ശാഖയിലുള്ള ഗർഭത്തിലിരിക്കുന്ന കുഞ്ഞിന് വരെയായിരുന്നു അവകാശം. (ഗർഭത്തിലിരുന്ന ആ സന്തതി എൺപത്തിനാല് വയസ്സിൽ മരിച്ചിട്ട് കുറച്ചു നാളായി). അവിടെ നിർത്തിയില്ല. പിന്നെയും അവകാശം ഇനിയും പിറക്കും, പിറക്കും പിള്ള (കുഞ്ഞുങ്ങൾക്കും) മാർക്കുമുണ്ടെന്ന് എഴുതി. ആലംബമില്ലാത്ത ആർക്കും ഇവിടെ വന്ന് താമസിക്കാമെന്നായിരുന്നു മൂപ്പിലെയുടെ തീർപ്പ്. അങ്ങനെ പത്തു നൂറു കൊല്ലത്തോളമായി ആരെല്ലാമോ താമസിക്കുന്നു. നാലും അഞ്ചും കുടുംബം വരെ ഉണ്ടായ കാലമുണ്ട്. ഏതൊക്കെയോ ശാഖകളായി നൂറ്റാണ്ടു മുമ്പ് ചിതറിയവർ. കേറിക്കിടക്കാടം ഇല്ലാത്തപ്പോ, ഇങ്ങനൊരു വീടുണ്ടെന്ന് കരുതി, ഒന്ന് ചുരുണ്ടുകൂടാൻ, തിരിച്ചുവന്നവർ. വരുമ്പോൾ വഴക്കുണ്ടാകും. നീയാര്, എവിടുന്ന്? അവിടുന്ന് ഓടി, പിന്നാലെയുള്ള ട്രെയിൻ പാളത്തിൽ പോയി, തല വച്ച് ചത്തവർ വരെ. ഭീകരമാണ് ജീവിതം. ആ ഭീകരതയിൽനിന്ന് സ്നേഹവുമുണ്ടായിട്ടുണ്ട്. ദുഷ്ടതയും ഉണ്ട്. മുറ്റത്തെ പുളിയിൽ ഞാനല്ലാതെ വേറാര് തൊട്ടാലും അവന്റെ തല പിളരണമെന്നാണ്, അതിലെ ചുവന്ന പട്ടിൽ ജപിച്ചെഴുതിയവരുണ്ട്. പലതും പിഴുതു കൊണ്ടു പോയി. ശ്രീരാമ പട്ടാഭിഷേകത്തിന്റെ തടിയിൽ കൊത്തിയ ഒരു പടുകൂറ്റൻ ശില്പമുണ്ടായിരുന്നു. പല മഴക്കാലത്തും, ആ തറവാടിന്റെ മുന്നിൽ, നിന്ന് മൂന്നാലു പേർ ഇത് താങ്ങിപ്പിടിച്ചു കൊണ്ടിറങ്ങും. മഴയാകുമ്പോ, ഒരു തണലുമാകും. മുഖവും ശ്രദ്ധിക്കില്ല. ഞങ്ങളുടെ വീട്ടിലിരുന്നാലും ശ്രീരാമൻ ഇരിക്കുമെന്ന് പറഞ്ഞാണ് കൊണ്ടിറങ്ങുന്നത്. പക്ഷേ, പല പല ഭീതികൾ കാരണം എല്ലാവരും തിരികെ കൊണ്ടു വച്ചു.

ആ വീട്ടിൽ നിന്നിറങ്ങുമ്പോ മുറ്റത്തെ വെള്ളത്തിൽ കാലു വയ്ക്കാൻ പേടിയായിരുന്നു. മുതല. ഒരു വിധം കരയിലെത്തി. റോഡിനപ്പുറം ചിറവയലെന്ന വലിയ വയലാണ്. ആ വീട്ടിലെ, വെളുത്ത് ഐശ്വര്യമുള്ള അമ്മയുമായി അമ്മച്ചി സംസാരിച്ചു. ആ അമ്മ കരയുന്നുണ്ടായിരുന്നു.

എന്താണ് പറഞ്ഞതെന്നറിയില്ല. പിൽക്കാലത്ത് ആ നല്ല അമ്മയുടെ മകനെക്കുറിച്ചുള്ള ജീവചരിത്രമെഴുതാനും എനിക്ക് വിധിയുണ്ടായി. അതൊരു കള്ളനെക്കുറിച്ചുള്ളതായിരുന്നു.

ഇതേ ചിറവയലിൽ ഞങ്ങളുടെ വയലിലില്ലാത്ത തരം മീനുകളുണ്ടായിരുന്നു. ഓരോ വയലും ഓരോ പ്രപഞ്ചത്തിനും അതിനതിന്റേതായ വ്യത്യാസമുണ്ടായിരുന്നു.

ഒരു ദിവസം, രാത്രി മൂന്നാല് എരലു മീനിനെ ഞാനും അച്ഛനും കൂടി വെട്ടിക്കൊണ്ടു വന്ന്, രാത്രി കറി വച്ച് കഴിച്ചോണ്ടിരിക്കുമ്പോ അച്ഛൻ പറഞ്ഞു.

“ഇപ്പഴും എരലു കഴിക്കുമ്പോ, മണ്ണെണ്ണേടെ ചൊവയാണ് മനസ്സിൽ.”

പിന്നതിന് ആധാരമായ കഥ പറഞ്ഞു.

അച്ഛന്റെ അച്ഛൻ ബർമാഷെൽ കമ്പനിയിലെ ലോറിസഹായിയായിരുന്നു. ഗമയ്ക്ക് പഴയ സെയിൽസ് റെപ് എന്നു പറയാം. പമ്പുകളിൽ ഇന്ധനം നിറയ്ക്കുക. കണക്കു രേഖപ്പെടുത്തി വാങ്ങുക എന്നിങ്ങനെ പണികൾ. ബർമാഷെൽ എന്നു വച്ചാൽ അന്നത്തെ ബ്രിട്ടീഷ് സർക്കാരിന്റെ പെട്രോൾ, മണ്ണെണ്ണ കമ്പനിയാണ്. എന്നും വരുമ്പോൾ, കമ്പനിക്കുള്ളിലെ, അഷ്ടമുടിക്കായലിലേക്കുള്ള തോട്ടുചാലുകളിൽ നിന്ന് ഇഷ്ടം പോലെ മുശിയെയും വരാലിനെയും ചൂണ്ടയിട്ടു കൊണ്ടു വരും. പക്ഷേ, തല വെട്ടിക്കളയുകയും ദേഹം ഉപ്പിട്ട് നന്നായി കഴുകുകയും വേണം. ഇല്ലെങ്കിൽ പെട്രോൾ ചുവയ്ക്കും. കമ്പനിയിലെ വെള്ളത്തിന് ആ ഗന്ധമാണ്. കമ്പനിക്കകം മുഴുവൻ പെട്രോളിന്റെ ടാങ്കുകളല്ലേ. അച്ഛനങ്ങനെയായിരിക്കും വയലുകളോട് ഒരു ഇമ്പമുണ്ടായതെന്ന് കരുതാം. പക്ഷേ, അല്ല.

ബ്രിട്ടീഷുകാര് ഇന്ത്യ വിട്ട്, കുറച്ചു നാൾ കഴിഞ്ഞപ്പോ കമ്പനി പൂട്ടി, ബ്രിട്ടീഷുകാരും സ്ഥലംവിട്ടു. അന്നത്തെ നിലയ്ക്ക് വലിയ തുക നഷ്ടപരിഹാരം കിട്ടി. അന്ന് എന്റെ അച്ഛൻ പറഞ്ഞു: “അച്ഛാ, ചിന്നക്കടയോട് ചേർന്ന്, ആശ്രാമത്തോട്ട് പോകുന്ന വഴിയിലുള്ള വയൽ ആർക്കും വേണ്ടാതെ കിടക്കുകയാണ്. നമുക്ക് കൃഷി ചെയ്യാം. കണ്ടമാനം മീൻ വന്നു കേറുന്ന സ്ഥലമാ.”

പോടാ! എന്ന് അപ്പൂപ്പൻ ഒരു ആട്ട് വച്ചുകൊടുത്തു.

എന്നിട്ട് അപ്പൂപ്പൻ, കുടുംബവീട്ടിൽ നിന്ന് മാറി, ആ കാശു കൊണ്ട് നല്ലൊരു വീടു വച്ചു.

അതിന്റെ വൈരാഗ്യം അച്ഛന് കിടന്നു. അതാകണം അമ്മയെക്കൊണ്ട് വീടു വയ്ക്കാതെ, അച്ഛൻ വയലുവാങ്ങിച്ചുകൊണ്ടേയിരുന്നത്. അപ്പൂപ്പൻ 103 വയസ്സിൽ വീണു. പെൻഷൻകാലത്തിന് ശേഷം പശുക്കൾക്ക് പുല്ലു പറിക്കുന്നതായിരുന്നു പുള്ളിയുടെ ഹോബി. ആയുസ്സിന്റെ പ്രധാന രഹസ്യം അതാണ്. (കംപ്യൂട്ടറിന്റെ അമിത ഉപയോഗം മൂലം വിരലുകൾ കോച്ചുന്നവർ രണ്ടു കൈ കൊണ്ടും പുല്ലുപറിച്ചാൽ മതി.) പുല്ലിൽ നിന്ന് നമ്മളറിയാതെ കിട്ടുന്ന ശുദ്ധമായ ഓക്സിജൻ ഗുണം ചെയ്യും.

ചെടികൾ അസാമാന്യ ജീവിതമുള്ള ജന്മമാണ്. അനങ്ങുന്നില്ല എന്നേയുള്ളൂ. അതുകൊണ്ട് പേടിയില്ല. പേടി, ഓടിരക്ഷപെടാനുള്ള ചോദനയാണ്. പേടിയില്ലെങ്കിൽ വേദനയുമില്ല. പക്ഷേ, അത് വേരുകൾ കൊണ്ട് വെള്ളത്തിന് വേണ്ടി സഞ്ചരിക്കുകയും നന്നായി നമ്മോട് സംസാരിക്കുകയും ചെയ്യും. മനുഷ്യരെപ്പോലെയാണ്. പല വയൽചെടിക്കും പല സെൻസാണ്. ചെടിയൊക്കെ ഉറങ്ങും. ഇലയിലേക്ക് സൂക്ഷ്മമായി നോക്കിയാൽ, അത് അല്പം കൂമ്പുന്നത് അറിയാം. പുളിയില പോലെ പൊടിയിലയുള്ള ചെടികളെ നന്നായിട്ടറിയാം. മുക്കുറ്റി, കീഴാർനെല്ലി തുടങ്ങിയവ ഉദാഹരണം. തൊട്ടാവാടി പൂർണ്ണമായി കൂമ്പും. തുളസിയൊക്കെ ഒരു നാലിലൊന്ന് കൂമ്പും. ഗന്ധമായിരിക്കും ചിലർക്ക് കരുത്ത്. മനുഷ്യർ അടുത്തു വരുമ്പോൾ രക്ഷയ്ക്കായി അടുത്തു വരരുത്.. എന്നു പറഞ്ഞ് ഗന്ധിക്കുന്ന ചെടികളുണ്ട്. ചെടി പൊട്ടിയെന്ന് അപ്പോ നമ്മള് പറയും. സ്വയം നടത്താവുന്ന രാസപ്രവർത്തനം അതിനുണ്ട്. കാഞ്ഞിരം, ഉമ്മം, ഒതളം, അരളി, കുന്നിക്കുരു ഇതൊക്കെയാണ് വയലിന്റെ തൊട്ടു പരിസരത്തും തൊട്ടു കരയിലുമായി, എന്റെ പ്രപഞ്ചത്തിലുണ്ടായിരുന്ന വിഷക്കായ്കൾ. പക്ഷേ, ഞങ്ങളുടെ വയലിൽ ഏറ്റവും പുറകെയുള്ള പുറമ്പോക്കിൽ, ഞങ്ങളുടെ തോട്ടു വക്കിൽ നിന്നിരുന്ന ഭീകരനായ ചേരുമരം ഇതിലൊന്നും പെടില്ലായിരുന്നു. ജന്തുക്കളിൽ മനുഷ്യനെന്ന പോലെ വിവേചനബുദ്ധിയുള്ള മരം. ചില രക്തഗുണങ്ങളെ ആട്ടിയോടിക്കുന്ന രാസജാലമാണതിന്റെ അദ്ഭുതം. ദുഷ്ടന്മാരെയാണ് അത് ആട്ടുന്നതെന്ന് നാട്ടിൽ പറയും. ദേഹത്ത് തിണർത്തു തടിക്കും അത്തരക്കാർ അതിനടുത്തു പോയാൽ.

ആ മരത്തിൽ 'ദൈവം' കയറിയിരിക്കുമായിരുന്നു. സത്യം. ഞാൻ കണ്ണു കൊണ്ട് കണ്ടിട്ടുണ്ട്.

'ദൈവം ആരോടും സംസാരിക്കില്ലായിരുന്നു. ഞാനുമായി ദൈവത്തെ മുട്ടിച്ചു തന്നത്, പേര് ഓർമ്മയില്ലാത്ത ഒരു മുസ്ലീം പയ്യനാണ്. അവന് ഞങ്ങളുടെ വയലിൽപ്രദേശങ്ങളിലെ ഏതെങ്കിലും പൊന്തയിൽ, സ്കൂളിൽ പോകാതെ ഒളിച്ചിരിക്കുന്ന ശീലമുണ്ടായിരുന്നു.

എന്റെ വീടിന്റെ തൊട്ടടുത്ത്, അര കിലോമീറ്ററിനുള്ളിൽ മൂന്ന് സർക്കാർ സ്കൂളുണ്ട്. ആണുങ്ങൾക്കും പെണ്ണുങ്ങൾക്കുമായി രണ്ട് ഹൈസ്കൂളുകളും ഒരു പ്രൈമറിപള്ളിക്കൂടവും. സ്കൂളുകളിലേക്കുള്ള കുറുക്കുപാത ഞങ്ങളുടെ വയലിലൂടെയായിരുന്നു. അങ്ങനെയാണ് ആ പയ്യനെ കണ്ടത്. കഷ്ടിച്ച് നാലിലോ അഞ്ചിലോ പഠിക്കുന്ന പ്രായം. എവിടൊക്കെയോ ഇരുന്നു നിരങ്ങി തയ്യൽ വിട്ട് ചന്തി കാണാവുന്ന നിക്കറാണ് ഇട്ടിരുന്നത്. അവൻ ഞങ്ങളുടെ വയൽ പല വിധ പരീക്ഷണത്തിന് ഉപയോഗിച്ചു. ഞാൻ അസൂയയോടെയും അന്ധാളിപ്പോടെയും നോക്കി. പലതും പ്രതിലോമകരമായിരുന്നതിനാൽ പേടിയും തോന്നി.

അവൻ ഞെട്ടിപ്പിച്ച് തുടങ്ങിയത് ആ ചോദ്യം ഇതായിരുന്നു.

അവൻ ചോദിച്ചു: "കുറേ ഈയലിന്റെ ചിറക് കിട്ടുമോ?"

ഞാൻ ഗമ പറഞ്ഞു: "ഇഷ്ടംപോലെ."

അവൻ ചോദിച്ചു: "കുറച്ചു പച്ചച്ചാണകം തരുമോ?"

"ഓ.. എന്തിനാ.."

"ആരോടും പറയരുത്:" അവൻ പറഞ്ഞു. "നീ ഏതു സ്കൂളിലാ പഠിക്കുന്നത്."

"ദൂരെ വേറെ സ്കൂളിലാ.."

"എങ്കീ പറയാം. പച്ചച്ചാണകത്തിൽ പുളിയില ഇട്ട് വെള്ളമൊഴിച്ച് കലക്കണം. എന്നിട്ടൊരു വലിയ കുപ്പിയിലാക്കി, സ്കൂളിനടുത്ത് എവിടെങ്കിലും ഒളിച്ചിടണം. സന്ധ്യയാകുമ്പോ, ക്ലാസിന്റെ ജനൽ വഴി അകത്തു കടന്ന് ബെഞ്ചിലൊക്കെ കോരിയൊഴിക്കണം. വെള്ളിയാഴ്ച വൈകിട്ടു തന്നെ അതു ചെയ്യണം. അപ്പോ രണ്ടു ദിവസം കൊണ്ട് ചാണകം ഉണങ്ങി ഒരു പരുവമാകും. പെട്ടെന്നൊന്നും പുളിയില ഇളകി വരത്തില്ല. അപ്പോ പിന്നെ രണ്ടു പിരീഡ് നടക്കത്തില്ല. ഞാനാലോചിച്ചപ്പോ ഈയലിന്റെ ചിറക് ആണെങ്കീ അതൊരു നാലു പിരീഡാക്കാം.

"അതെങ്ങനാ?"

"എത്ര കഴുകിയാലും ഈയലിന്റെ ചിറക് പോകത്തില്ല. മാത്രവുമല്ല, ചാണകത്തിന്റെ മണമങ്ങ് മാറുമ്പോ, ഈയലിന്റെ ചിറകു തിന്നാൻ ഉറുമ്പു വരും. ക്ലാസിലിരിക്കുന്നവന്റെയൊക്കെ ചന്തിയിൽ കടിക്കും. അവനിക്കൊക്കെ അത് വേണം."

അവൻ സ്വയം ആസ്വദിച്ച് പൊട്ടിച്ചിരിച്ചു. പിന്നെ പറഞ്ഞു.

"പെണ്ണുങ്ങളിരിക്കുന്ന ഭാഗത്തേക്ക് നമ്മള് ഒന്നും ചെയ്യരുത്. തെറ്റാണ്. ആണുങ്ങളെ ചെയ്യാം. ആണുങ്ങളൊക്കെ ഇബിലീസുകളാണ്. എന്റെ വാപ്പ ഉമ്മാനെ കളഞ്ഞിട്ടുപോയതാണ്. ചൊറിയണം ഞാൻ ഉണക്കി പൊടിയാക്കുന്ന ഒരു പരിപാടി നോക്കുന്നുണ്ട്. ഇതൊക്കെ നിങ്ങളുടെ പള്ളിക്കൂടത്തിലുണ്ടോ?"

ഇല്ലെന്ന് ഞാൻ തലയാട്ടി.

"നിങ്ങളുടെ വയലീ സാധാരണ ചൊറിയണമേ ഉള്ളൂ. ഇക്കാ പറഞ്ഞു. ആനച്ചൊറിയണമെന്നു പറഞ്ഞ വേറൊന്ന് ഉണ്ടെന്ന്. കണ്ടിട്ടുണ്ടോ?"

ഞാൻ ഇല്ലെന്ന് തലയാട്ടി.

"ദൈവത്തിന്റടുത്ത് ചോദിക്കാം. അറിയാതിരിക്കത്തില്ല."

വേറൊരു ദിവസം വൈകിട്ട്, ഞാൻ സ്കൂളിൽ നിന്ന് വന്ന്, കളിച്ചിട്ട് തിരിച്ചു വന്നപ്പോഴേക്കും, സന്ധ്യയായി. അപ്പുറത്തെ കാടും പടലിന്റെയും ഇടയിൽ നിന്ന് അവൻ ഇറങ്ങി വരുന്നതു കണ്ടു. അവനെ ചില ചെടികൾ നാറുന്നുണ്ടായിരുന്നു. മുള്ളുകൾ വരഞ്ഞ്, കൈയിൽ നിന്നൊക്കെ ചോര പൊടിയുന്നുണ്ട്.

കൈയിൽ പത്തു പന്ത്രണ്ടു പച്ച ഈക്കിലികളിലായിട്ട്, ജീവനുള്ള ഞണ്ടുകൾ.

അവൻ രഹസ്യമായിട്ട് ചോദിച്ചു: "ഇത്തിരി വെള്ളം നിങ്ങടെ വീട്ടീന്ന്

തരുമോ?"

ഞാൻ പറഞ്ഞു: "വാ, കിണറുണ്ട്."

"ഇച്ചിരി കഞ്ഞിവെള്ളം കാണുമോ?"

"അറിഞ്ഞൂടാ, അമ്മേടത്ത് ചോദിക്കാം."

"എങ്കീ പിന്നെ വേണ്ട."

അവന്റെ കണ്ണിലാ ക്ഷീണം ഉണ്ട്. പക്ഷേ, അത് വിശപ്പിന്റേതാണെന്ന് എനിക്കറിഞ്ഞൂടായിരുന്നു. ഞാനത് അറിഞ്ഞിട്ടില്ല. അവൻ പുല്ലിന്റെ പുറത്തിരുന്നു. തലയൊക്കെ ബലം കിട്ടാതെ ഊർന്നു വീഴുന്നുണ്ട്. ഈർക്കിലികൾ വലിച്ചു കൊണ്ട് ഞണ്ടുകൾ നടക്കാൻ തുടങ്ങിയപ്പോൾ അവൻ ഈക്കിലിയെല്ലാം കൂടി എടുത്ത്, അതിന്റെ മുകളിൽ ഒരുവലിയ കല്ലെടുത്ത് വച്ചു.

ഇരുട്ടുന്നു. ഞാൻ ചോദിച്ചു: "പോകുന്നില്ലേ?"

"പോകാം."

"ഒറ്റയ്ക്ക് ഈ വയലിൽ പകൽ ഇരിക്കാൻ പേടിയാവില്ലേ.."

"ചിലപ്പോ ദൈവം വരും."

പിന്നെ എന്തോ ആലോചിച്ചിട്ട് പറഞ്ഞു:

"ഇരുട്ടാകട്ടെ. ഇല്ലേ ഈ ഞണ്ടിനേം കൊണ്ടു പോയാൽ, വഴിയി കൂടെ പോകുന്നവന്മാർക്ക് സൂക്കേടാ. എവിടുന്ന് കിട്ടി. എങ്ങോട്ടോ. എന്തിനാടാ എന്തിനെന്തൊക്കെ ചോദിച്ച് ചെവിക്കിട്ട് കിഴുക്കും."

"എന്തിനാ.. ഇത്."

"തിന്നാൻ. അല്ലാതെന്തിനാ."

ഞാൻ മുഖം ചുളിച്ചു: "അയ്യേ ഞങ്ങള് കഴിക്കത്തില്ല. തീട്ടഞണ്ടാ. കടപ്പുറത്ത് നിന്ന് നല്ല ഞണ്ടു കിട്ടുമല്ലോ. ഞങ്ങടെ അച്ഛൻ ഇടയ്ക്ക് തേവലക്കര കായലീന്ന് ഞണ്ടു കൊണ്ടു വരും. കാഞ്ഞിരോട്ട് കായലീന്ന് കരിമീനും. ലോകത്തേറ്റും ടേസ്റ്റുള്ളത് ഇവിടുന്നുള്ളതിനാ.."

അവൻ പറഞ്ഞു: "എനിക്ക് ബാപ്പയില്ല."

"ഈ തോട്ടുഞണ്ടു കഴിച്ചൂടാ.. അത് തീട്ടം തിന്നും. ഞാൻ കണ്ടിട്ടുണ്ട്."

"ബാപ്പ കളഞ്ഞിട്ടു പോയാ, പിള്ളേരു തീട്ടം തിന്നും. ന്റെ എളേ അനിയൻ കഴിക്കും. രണ്ടു വയസ്സ്. ഉമ്മാ അടി കൊടുത്ത് എണീക്കുന്നതുവരെ കഴിക്കും. ഞാനൊരിക്കൽ കാണാത്തതുപോലെ നിന്നു. ഇല്ലേ പിന്നെ കിടന്ന് കരച്ചിലാ.."

എനിക്ക് ഓക്കാനം വന്നു.

അവൻ ചോദിച്ചു: "തേടിനെ കഴിച്ചിട്ടുണ്ടോ?"

ഞാൻ പറഞ്ഞു: "താന്നിക്കായലീന്നും കിട്ടും പള്ളിക്കട ചന്തേലും കിട്ടും. പള്ളിക്കടേലുള്ളത് കടൽതേടും.. താന്നിക്കായലിലുള്ളത്.."

"എവിടുന്നൊള്ളതാന്നൊന്നും അറിഞ്ഞൂടാ. ഞങ്ങള് ഇന്നാള് നാലു തേടിനെ വാങ്ങിച്ചു. തല കളയണ്ടാന്നു വച്ച്, ഉമ്മ വെട്ടിപ്പൊളിച്ചപ്പോ, വായില് നിറയെ തീട്ടം. മനുഷ്യന്റേത്.. തേട് തീട്ടം തിന്നും. എങ്കീ എല്ലാ

മീനും തിന്നും.”

“നിങ്ങളാ തേടിനെ എന്തോ ചെയ്തു?”

“തീട്ടം പറ്റിയാ എല്ലാരുമെന്തോ ചെയ്യും. കഴുകി കളഞ്ഞിട്ട് കറി വയ്ക്കും. നിനക്ക് ഉമ്മാ ഉണ്ടോ?”

“ഉണ്ട്.”

“വാപ്പയും ഉമ്മായുമുണ്ടോ?”

അവൻ എന്നെ വല്ലാതെ നോക്കി.

“ഊം.”

“ഉമ്മ എന്തിയേ..”

“സ്കൂളീ പോയി.”

“എന്തോത്തിനാ..”

“പഠിപ്പിക്കാൻ.”

“ടീച്ചറാ..”

“ഊം..”

“എനിക്ക് ടീച്ചർമാരെ ഇഷ്ടമല്ല. എന്റെ ഇക്കായെ എടുത്തിട്ട് അടിച്ചു. ക്ലാസീന്ന് എറക്കി നിർത്തി. ഇക്കാ നടന്നങ്ങ് പോയി. പിന്നെ പോയില്ല. ഇക്കാക്ക് പഠിക്കാനൊക്കെ ഇഷ്ടമാരുന്ന ആളാരുന്നു..”

“അപ്പോ ടീച്ചർമാരുടെ കസേരയിലും ചാണകവെള്ളം തളിക്കുമോ?”

“അതിലാദ്യം തളിക്കണം.”

“അതു പാപമാ..”

“പിന്നെന്തിനാ ഇക്കായെ അടിച്ചത്. വേറൊരുത്തന്റെ ചോറെടുത്ത് തിന്നുന്നതിന് എന്തിനാ അടിക്കുന്നത്.”

“ചോറു പോയവന് വിശക്കത്തില്ലേ..?”

“ഒരു നേരം കഴിക്കാതിരുന്നാലോ..”

“ങാ. വിശക്കും..”

“ഒരു നേരം കഴിക്കാതിരുന്നാലോ..”

പിന്നവൻ വലിയ തമാശ പോലെ ഉറക്കെ ചിരിച്ചു. പിന്നെ ഞണ്ടിനെയും എടുത്തോണ്ടു പോയി.

പിന്നൊരു ദിവസം, അവൻ വന്ന് എന്റടുത്ത് ചോദിച്ചു.

“നിന്റെ ബാപ്പാട്ത്ത് ചോദിച്ചാ തീപ്പെട്ടി ഉണ്ടാക്കുന്ന കമ്പനി എവിടാന്ന് അറിയുമോ?”

“എന്തിനാ..”

“തീപ്പെട്ടിക്കൂട് ഉണ്ടാക്കുന്ന പണി ഞങ്ങക്ക് കിട്ടുമോ? ഇക്കായ്ക്കിപ്പം വിശപ്പ് കൂടിക്കൂടി വരികയാ..”

“ആ എനിക്കറിഞ്ഞൂടാ..” ഞാൻ കളിക്കാൻ പോകാനുള്ള തിരക്കാലിരുന്നു.

“അല്ല ദൈവം പറഞ്ഞതാ. നിന്റടുത്ത് തന്നെ ചോദിക്കാൻ..”

ഞാനൊന്ന് നിന്നു. അന്ന് സ്ഥിരമായി കാവിൽ പോകുന്നതുകൊണ്ട് ദൈവത്തെ ഇച്ചിരി പേടിയുണ്ടായിരുന്നു.

ശരിയാണ്. ഞാൻ വിചാരിച്ചാൽ തീപ്പെട്ടി കമ്പനി കണ്ടുപിടിക്കാൻ പറ്റും. തമിഴ്നാട്ടുകാരായ ഒരു കുടുംബം, ഞങ്ങളുടെ വീടിനടുത്ത് ഉണ്ട്. അവിടത്തെ കുട്ടികളും ഞാനും ഒരേ പ്രായമാണ്. ഇലക്ട്രിക് മീറ്ററു ണ്ടാക്കുന്ന കമ്പനിയിൽ ജോലിയാണ് അവരുടെ ഔവ്വയ്ക്ക് (അമ്മൂമ്മ യ്ക്ക്). ഔവ്വ ആഴ്ച ശമ്പളം കിട്ടുമ്പോ, തിരുമുക്കിലെ ചാരായഷോ പ്പിൽ കയറി നന്നായി കഴിക്കും. അവരുടെ വീട്എല്ലാവർക്കും ചെന്നിരി ക്കാവുന്ന ഇടമാണ്. ഞങ്ങളൊക്കെ കടപ്പുറത്തു നിന്ന് ചെറിയ കവിടി (ഒരു തരം ശംഖ്) കൊണ്ടു കൊടുത്താൽ പൈസ തരും. അതു വച്ച് പല തരം കളി കഴിക്കും. അവരുടെ വീട്ടിൽ, തീപ്പെട്ടി കമ്പനിയിൽ നിന്ന് മരുന്നു തേയ്ക്കാത്ത കൊള്ളി കൂന കൂട്ടിയിട്ടിട്ടു പോകും. അന്നത്തിന് നിവൃത്തിയില്ലാത്തവർക്ക് തീപ്പെട്ടിക്കൊള്ളി അടുക്കാം. ഇരുമ്പിന്റെ തട്ടു തട്ടായുള്ള പ്ലേറ്റുമുണ്ട്. അന്നത്തെ 100 പ്ലേറ്റ് അടുക്കിയാൽ ഇത്ര കാശ്. വൈകിട്ട് ഏജന്റ് വരുമ്പോ തരും. നിവൃത്തിയില്ലാത്തവർക്ക് ഒരു ആശ്വാസമാണ്. ഒരു രസമെന്നൊക്കെ പറഞ്ഞ് ചെയ്യാം. അപമാനവുമില്ല. തീ പ്പെട്ടിക്കൂടും ഉണ്ടാക്കാം. തടികൊണ്ടുള്ള പൊന്തിയിരിക്കുന്ന ഒരു ഭാഗ ത്ത് വച്ചമർത്തിയാണ് ചുറ്റും നീല നിറത്തിലെ കടലാസൊട്ടിക്കുന്നത്. ഒരു ദിവസം, ഞാൻ അതിൽ കൊള്ളി അടുക്കാൻ ശ്രമിക്കുകയാണ്. അപ്രത്തെ ചേച്ചി പിള്ളേരെ പ്രോൽസാഹിപ്പിക്കുന്നുണ്ട്. വൈകിട്ട് അ വരുടെ കണക്കിൽ പെടും. മരുന്നിൽ മുക്കി തീപ്പെട്ടിക്കൊള്ളിയാവുന്ന ത് കാണാൻ കൊണ്ടു പോകാമെന്നാണ് ഓഫർ.

പിന്നൊരു ദിവസം, വഴിയിൽ വീണ്ടും ആ മുസ്ലീംപയ്യൻ. അവൻ പറഞ്ഞു:

“ഇയാള് പറഞ്ഞു തന്നില്ലെങ്കിലും ദൈവം പറഞ്ഞു തന്നു, തീപ്പെട്ടി കമ്പനിയിലേക്കുള്ള വഴി. ഇപ്പോ ഞങ്ങടെ വീട്ടിൽ, ദാ ഇതിനെക്കാളും വലിയ കൂനയൊണ്ട്. ഉമ്മായ്ക്ക് ഇപ്പോ എപ്പഴും കൊള്ളിഅടുപ്പാ പണി. ഇക്കായ്ക്ക് ഉമ്മായിപ്പോ പ്രിയാ ബേക്കറീന്ന് വൈകിട്ട് നാലു ബണ്ണു വച്ച് വാങ്ങിച്ചുകൊടുക്കുന്നുണ്ട്.”

“ഇളേതിനോ?” പഴയ ഓർമയിൽ ഞാൻ മുഖം ചുളിച്ചു കൊണ്ട് ചോദിച്ചു.

“അവന് ഇക്കാ പിച്ചി വായിൽ വച്ചു കൊടുക്കും.”

ഹൊ. എനിക്ക് സമാധാനമായി.

അവൻ ദൂരെ ചൂണ്ടി ആദരവോടെ പറഞ്ഞു: “ദോ ദൈവം വരുന്നു..”

ഞാൻ ഞെട്ടി. നോക്കിയപ്പോ, ആടിപ്പാടി ഒരു കള്ളുകുടിയനെ പോലെ ഒരു പയ്യൻ. നാലിലോ അഞ്ചിലോ പഠിക്കുന്ന പരുവം. ഹ. ഇവനോ. ഇവൻ ഞങ്ങളുടെ കുറേ അപ്പുറത്തെ കോളനിയിലൊള്ളതാ. ഇടത്തേ കാല് ചെരിച്ച് ചെരിച്ചാണ് നടക്കുന്നത്. ഇടയ്ക്ക് നില്ക്കും. തല ചെരിച്ച് ഒരു വശത്തേക്ക് മാത്രമേ നോക്കൂ. റോഡിന്റെ നടുക്കൂ ടെയേ നടക്കൂ.

“ഇവന് അരപ്പിരിയാ..:” ഞാൻ വിളിച്ചുപറഞ്ഞു.

"പോടാ..:" പയ്യൻ ദേഷ്യത്തോടെ കൈമുറുക്കി. ഞാൻ പേടിച്ചു പോയി.

ദൈവത്തിനെ ഞാൻ നോക്കിയപ്പോ, എനിക്ക് സൗകര്യത്തിനെന്ന മട്ടിൽ അവൻ അവിടെ നിന്നു. കൈ നെഞ്ചിലേക്ക് കെട്ടി തല ചെരിച്ച് അങ്ങനെ കുറേ നേരം നില്ക്കും. അതാ ശീലം. തല നരച്ചിട്ടുണ്ട്. എന്നു വച്ചാൽ ഒരു കൈകുത്തിൽ പിടിക്കാവുന്ന അത്രയും മുടി തൂവെള്ള യാണ്. നില്ക്കുന്ന നില്പ്പിൽ നിന്നുറങ്ങുന്ന ശീലമുണ്ട് ദൈവത്തിന്. അങ്ങനെ ഒരിക്കൽ, ഉച്ചിയും കുത്തി വീണതാണ്. പ്രൈമറി പള്ളിക്കൂട ത്തിന്റെ മതിലിന് മുകളിലിരുന്നാണ് ഉറങ്ങിയത്. ഒന്നും പറ്റിയില്ല. പക്ഷേ, അപസ്മാരം വന്നു. കുറച്ചു വിറച്ചു. നുരയും പതയും വന്നു. സ്വയമങ്ങ് മാറി. പക്ഷേ, നെറ്റിയിടിച്ച് വീണയിടത്തു നിന്ന് പിന്നെ കിളിച്ചു വന്ന രോമമെല്ലാം, കാവിൽ നിന്ന് കുഴിച്ചെടുക്കുന്ന പഞ്ചാരമണ്ണിനെക്കാളും വെളുപ്പായിരുന്നു. അതേക്കാൾ കൂടിയ ഒരു വെളുപ്പ് ഇപ്പോ ഓർക്കു മ്പോ ഉപമിക്കാനുമില്ല.

ദൈവമിങ്ങനെ ചെരിഞ്ഞു ചെരിഞ്ഞു സഞ്ചാരമാണ്. യാത്ര അങ്ങ നെ നേരെയാക്കുന്ന സമ്പ്രദായവുമില്ല. അച്ഛന്റെ കുടുംബവീടിന്റെ മു ന്നിൽ നിന്ന് ഒരു ഇറക്കം തുടങ്ങിയാൽ പിന്നെ ഞങ്ങളുടെ വയലിലാണ് ആ റോഡ് കുത്തനെ വന്നിറങ്ങുന്നത്. റോഡിന് വലത്തോട്ടൊരു വളവു ണ്ട്. ദൈവത്തിന് ആ വളവില്ല. ഇടത്തോട്ടാണ് നടപ്പിന് ആയം. അതു കൊണ്ട് അവിടുന്ന് നേരെ മറ്റൊരു കുടുംബത്തിന്റെ വയലിലേക്ക് ഇ റങ്ങും. അതിങ്ങനെ മനുഷ്യസ്പർശമില്ലാതെ, കിടക്കുകയാണ്. ഞങ്ങൾ ചില കുട്ടികൾ കേറുമ്പോൾ മാത്രമാണ് ചെടികൾ ഗന്ധിച്ച് പൊട്ടി ഞ ങ്ങളെ പേടിപ്പിക്കുന്നത്.

ഒറ്റയ്ക്ക് അതിനുള്ളിലേക്ക് കയറുകയുമില്ല.

അങ്ങനൊരിക്കൽ ഒരു കൂട്ടുകാരനുമായി കേറിയപ്പോൾ, പച്ച നിറഞ്ഞ ഒരിടത്ത് തറയിൽ ദൈവം വീണു കിടപ്പുണ്ടായിരുന്നു. പല ജാതി ഉറുമ്പുകൾ ദൈവത്തിന്റെ പുറത്തു കൂടി കേറിപ്പോകുന്നു. രണ്ടിനം കട്ടുറുമ്പ് തന്നെ ദേഹത്തുണ്ട്. വലിയ കട്ടുറുമ്പിന്റെ ചുണ്ടിൽ കാപ്പി ക്കുരുവിന്റെ ആകൃതിയിൽ, അതിന്റെ നാലിലൊന്ന് വലിപ്പമുള്ള മുട്ടക ളുണ്ട്. ഉറുമ്പോ ചിലന്തിയോ എന്നറിയാത്ത പല ജാതി പ്രാണികൾ മുഖത്ത്. അതിൽ രണ്ടെണ്ണം ഞാൻ പേടിയോടെ തിട്ടപ്പെടുത്തി. ഒന്നാ മത്, കുഞ്ഞുപാറ്റ പോലെയുള്ള ഒരു ജീവി. അത് ചില രാത്രിയിൽ ഞ ങ്ങളുടെ കട്ടിലിൽ വന്ന്, ചോര കുടിക്കാറുള്ളതാണ്. മറ്റൊന്ന് പശുവി ന്റെ പള്ളയിലും മനുഷ്യന്റെ കാലിലുമിരുന്ന് ചോര കുടിക്കുന്ന ഒരു ത രം ഈച്ച.

ദൈവത്തിന്റെ വലത്തേ കൈ ചുരുട്ടിപ്പിടിച്ചിരിക്കുകയായിരുന്നു. എന്റെ കൂടെ വന്നവൻ, ദൈവം ചത്തു കിടക്കുകയാണെന്ന് കരുതി നില വിളിച്ചുകൊണ്ട് ഓടിക്കളഞ്ഞു. എനിക്കെന്തോ സ്തംഭനം വന്ന് തിരികെ ഓടാനായില്ല. എന്തിനാണ് എന്നെ അവിടെ പിടിച്ചു നിർത്തിയിരിക്കുന്നത്.

സങ്കടത്തോടെ, ഞാൻ പ്രപഞ്ചത്തോട് ചോദിച്ചു. എനിക്കിവിടുന്ന് ഓടി പ്പോകണം. എന്നെ വിട്. കണ്ണു നിറയുന്നുണ്ട്. അപ്പോ കണ്ണിന് മുകളിലുള്ള രണ്ടു മൂന്ന് കുഞ്ഞുറുമ്പുകളെ, രണ്ട് ഭാഗങ്ങളിലാക്കി തെറിപ്പിച്ചു കൊണ്ട് ദൈവം കണ്ണു വലിച്ചു തുറന്നു. അന്ന് തോന്നിയ ആശ്വാസം, ജീവിതത്തിലിന്നേവരെ തോന്നിയിട്ടില്ല. എനിക്കു വേണ്ടി ദൈവം ജീവൻ വച്ചുണർന്നു. ദൈവം എഴുന്നേറ്റ് കൈ കുത്തി പുറകോട്ടിരുന്നു. എന്നിട്ട് എന്റെ നേരെ ചിരിച്ചു. പിന്നെ വലത്തേ കൈയിൽ ചുരുട്ടി വച്ചിരുന്ന കൈ വിടർത്തി. അതിനുള്ളിൽ വലിയ ജീരക മിഠായി പോലെ വെളുത്ത എന്തോ സാധനം.

ഞാൻ കൈ നീട്ടി. വിയർപ്പോടെ എന്റെ കൈയിലായി. അപ്പോൾ അവന്റെ ദേഹത്തു നിന്നുള്ള സകല പ്രാണികളും, താഴേക്കിഴഞ്ഞ് ചെടിപ്പടർപ്പുകളിലേക്ക് മാറി. ചിലത് ചാടിയാണ് പോയത്. അവന്റെ ദേഹത്തേക്ക് വലിച്ചു തുടങ്ങിയ വലകൾ പിൻവലിച്ച്, ചിലന്തികൾ ആകാശത്തേക്ക് തൂങ്ങിമറഞ്ഞു.

ഞാൻ കൈയിലേക്ക് നോക്കി ചോദിച്ചു.

“എന്താ ഇത്?”

“വെള്ളക്കുന്നിക്കുരു.”

ഞാൻ പറഞ്ഞു; “ഇങ്ങനല്ല കുന്നിക്കുരു ഇരിക്കുന്നത്. അത് ചുവന്നതാണ്.”

പക്ഷേ, ഞാനതിലേക്ക് സൂക്ഷിച്ചു നോക്കിയപ്പോൾ, കുന്നിക്കുരുവിനെ അതിന്റെ ചെടിയുമായുള്ള പൊക്കിൾക്കൊടി അടയാളം സൂചിക്കുത്ത് പോലെ കാണാനുണ്ടായിരുന്നു. ദൈവം ആകാശത്തേക്ക് കൈ ചൂണ്ടി. ഒരു കരിഞ്ചെട്ട മരത്തിലേക്ക് പടർന്നു കയറി നില്ക്കുന്ന വള്ളികൾ. എന്റെ അങ്കലാപ്പ് തീർക്കാനായി, അതിൽ രണ്ടു തരത്തിലുമുള്ള കുന്നിക്കുരുക്കളും ഉണ്ടായിരുന്നു. വെള്ള കുന്നിക്കുരുവിന്റെ ഇലയ്ക്ക് അല്പം കൂടി നിറം കുറവാണ്. തളിരിലകളുടെ നേർത്ത പച്ച നിറം. ശേഷം വെള്ള ശംഖുപുഷ്പം, വെള്ള അരളിച്ചെടി തുടങ്ങിയവയൊക്കെ പൂവിടുന്നതിന് മുമ്പേ, അതിന്ന നിറം പൂവുണ്ടാകുന്നതാണെന്ന് തിരിച്ചറിയാൻ എനിക്ക് കഴിവ് കിട്ടി.

ദൈവം എഴുന്നേറ്റ് കാട്ടിൽ നിന്ന് പുറത്തേക്ക് നടന്നു. ഒരു കാലിന് ഇപ്പോ ഇച്ചിരി നീളം കൂടിയതു പോലെ തോന്നി. അതോ, മറ്റേതിന് കുറഞ്ഞോ. കൂടുതൽ ഏങ്കോണിച്ച് ദൈവം നടന്നു പോയി. ആകപ്പാടൊരു ക്ഷീണം പോലെ തോന്നിയിരുന്നു.

ഞാനാ വെള്ളക്കുന്നി വള്ളിയിലേക്ക് നോക്കി. അതിൽ പത്തു പന്ത്രണ്ട് എണ്ണം പിളർന്ന് വെള്ളക്കുരു കാണാവുന്ന പരുവത്തിൽ നില്പ്പുണ്ട്. പക്ഷേ, ഉയരെയാണ്. ആകാശപുഷ്പം പോലെ. ഞാൻ ചുറ്റും നോക്കി. പച്ചപ്പൂമൊട്ടു പോലെ, ചെറുമരത്തിന്റെ ഉണങ്ങിയ തടികളിൽ നിറയെ ചിത്രശലഭങ്ങളുടെ സമാധികൾ. അതിൽ നിന്ന് ദേഹം കുടഞ്ഞൊരു ശലഭം പുറത്തു വരുന്നു. ഘടോൽക്കചൻ ജനിച്ച ഉടൻ വലു

തായ പോലെ, കുടയുന്നതിനനുസരിച്ച്, അതിന്റെ കുഞ്ഞുചിറക് വളർന്ന് വികസിക്കുന്നു. നിശാശലഭം പുറത്തിറങ്ങുന്നതും കണ്ടിട്ടുണ്ട്. ചുണ്ടത്തു പങ്കയുള്ള, പഴയ വിമാനം പോലെ, അതിന്റെ രണ്ട് ചുണ്ടാണ് ആദ്യം ജന്മം കൊള്ളുന്നത്. പിന്നത് വിറയ്ക്കും. അതിന്റെ പുറത്തൊക്കെ ഒരു മാതിരി രോമം കാണാം. അഹങ്കാരത്തോടെയാണ് പുറത്തിറങ്ങുന്നത്. അത് വേറെ തരം ശലഭമാണെന്നാണ് ഞാനന്ന് കരുതിയിരുന്നത്. രാശലഭവും പകൽശലഭവും രണ്ടു തരം ജന്മമാണെന്നും അറിഞ്ഞൂടായിരുന്നു.

ആറേഴു മാസത്തിന് ശേഷം പള്ളിമുക്ക് എന്ന സ്ഥലത്തു വച്ചൊരു കാഴ്ച കണ്ടു. ഞണ്ടിനെയും പിടിച്ചുകൊണ്ടുപോയ ആ മുസ്ലീം പയ്യൻ, ആപ്പിൾ കച്ചവടം നടത്തുന്നു. കൂന കൂട്ടിയിട്ടു കച്ചവടം. ഓറഞ്ചല്ലാതെ ആപ്പിള് കൂനകൂട്ടി കച്ചവടം പിന്നീട് ഞാൻ കണ്ടിട്ടില്ല. അവന്റെ ഇക്ക അടുത്തു തന്നെ ഉണ്ടായിരുന്നു. അതിന് വേണ്ടി പണമവന് എവിടുന്നാണെന്നാണ് ഞാൻ വിചാരിച്ചത്. പിന്നെ കുറച്ചു നാളു കഴിഞ്ഞപ്പോ അവന്റെ മുഖം തന്നെ ഓർമ്മയിൽ നിന്നു മാഞ്ഞു. പുതിയ പുതിയ കൂട്ടുകാർ, കഥാപാത്രങ്ങൾ മനസ്സിലേക്ക് വന്നുതുടങ്ങുകയായിരുന്നു.

ഇതിനിടയിൽ ദൈവത്തെ ഞാൻ ശ്രദ്ധിച്ചു തുടങ്ങിയിരുന്നു. എന്റെ പുച്ഛത്തിന്റെ പ്യൂപ്പ ഭേദിച്ച്, ശലഭത്തിന്റെ ചിറക്, നാലു മടങ്ങാവുന്ന അദ്ഭുതം പോലെ അവൻ രൂപാന്തരപ്പെട്ടു. ഞങ്ങളുടെ വയലിന്റെ പിന്നിൽ, ഒരു വൈദ്യരുടെ കുടുംബത്തിന് പത്തു നാല്പത് സെന്റും പത്തിരുപത് സെന്റ് തൊടിയുമുണ്ടായിരുന്നു. ആ തൊടിയിൽ ഒരു ദിവസം ഞാനൊറ്റയ്ക്ക് നില്ക്കുകയായിരുന്നു. ഇടയ്ക്ക് വെള്ളം വന്നു ചേരുന്ന ചില ചാലുകളുണ്ട്. അതിന്റടിയിലെ സ്ലാബിൽ മീൻ കിടന്നടിക്കുന്ന ശബ്ദം കേൾക്കാം. ആ തൊടി നിറയെ പൈൻമരമാണ്. അഥവാ കുന്തിരിക്ക മരം. തിരുവനന്തപുരത്ത് പട്ടം ജങ്ഷനിൽ നൂറ്റാണ്ട് പഴക്കമുള്ള ഒന്നുണ്ടായിരുന്നു. വയസ്സന്മാരെ പോലെ ദേഹം മുഴുവൻ മുഴയുണ്ടായിരുന്നു. വികസനത്തിൽ വെട്ടിപ്പോയി. ഞങ്ങളുടെ വയൽ തൊടിയായിട്ട് അധികം കാലമായിട്ടില്ല. അതിനാൽ പൈനുകൾ അത്ര വലിയ മരങ്ങളല്ലായിരുന്നു. അവ ഞങ്ങൾ, കുട്ടികൾക്കു വേണ്ടിയെന്നവിധം പൂവിട്ടു തുടങ്ങിയതേയുണ്ടായിരുന്നുള്ളൂ. തൊടി നിറയെ അതിന്റെ പൂ കിടക്കും. ഇലഞ്ഞിയുടേത് പോലെ, ഇടയ്ക്ക് ദ്വാരമുണ്ട്. മാല കോർക്കാം. മണം കുറവാണ്. ഇലഞ്ഞിപ്പൂവിൽ ഉണങ്ങിയാലും മണം നില്ക്കും. ഇടവം കഴിഞ്ഞാൽ സപ്പോട്ട പോലിരിക്കുന്ന, പൈൻ മരത്തിന്റെ കായ്കൾ നിലത്ത് വീണ് മഴയത്ത് കുരുക്കും. അപ്പോഴതിന്റെ ദേഹം, ജീവന്റെ ആവേശത്തിൽ നിലത്തുനിന്ന് ഉയരും. കുരുപ്പ് ആ ഭാരം താങ്ങിനിർത്തും. അപ്പോൾ, അകലെ നിന്ന് നോക്കിയാൽ അന്തരീക്ഷത്തിൽ നിലത്തു നിന്നുയർന്ന് നൂറു കണക്കിന് പൈനിന്റെ കുരുപ്പുകളുടെ അദ്ഭുതം.

ആ പ്രദേശത്തൊന്നും ആരും വരാറു പോലുമില്ലായിരുന്നു. കൃഷിയിൽ പരക്കെ താല്പര്യം കുറയുകയും ചെറുപ്പക്കാരൊക്കെ വല്ലാതെ

ക്ഷുഭിതരായിരിക്കുകയും ചെയ്തിരുന്ന കാലഘട്ടമാണ്. ഒരിക്കലാ കാട്ടിലൂടെ അലയുമ്പോൾ ഒരബദ്ധം പറ്റി. ഒരു പെൺകുട്ടി നെഞ്ചു മൊത്തം, തുറന്നിട്ട്, ഒറ്റപ്പെട്ടു നില്ക്കുന്ന ഒരു മൊന്തവാഴേല് ചാരി ഇരിക്കുന്നു. ഒരു പൊടിക്കുഞ്ഞ് നെഞ്ചിൽ അള്ളിപ്പിടിച്ചിരിക്കുന്നു. അവർ കണ്ണടച്ചിരിക്കുകയാണ്. എനിക്ക് നാണം തുടങ്ങിയ കാലം. ഓടി മാറിക്കളഞ്ഞു. ആരെന്നോ എന്തെന്നോ അറിയില്ല. പിന്നവരെ കണ്ടിട്ടുമില്ല. ഒരു കുഞ്ഞൊക്കെ ആകാനൊരു പരുവമൊന്നും അവൾക്കില്ല. എന്തൊക്കെ ജീവിതമായിരുന്നു ആവോ.

അവിടുന്ന് ഓടി മാറിയത്, വയലിന്റെ ഏറ്റവും പിന്നിലായി, ഞങ്ങളുടെ കുടുംബകാവിലേക്ക് പോകുന്ന ഇരുണ്ട വഴിയിലാണ്. ആ വഴിയിലെ തോടിനക്കരെ പുറമ്പോക്കിലൊരു വലിയ ചാരുമരം നില്പുണ്ട്. ചെടികൾക്ക് ജീവനുണ്ടെങ്കിലും ജീവിതമുണ്ടോ എന്ന് ചോദിച്ചവർക്ക്, തൊട്ടാവാടി പോലെ, വേറൊരു ഉത്തരമാണ് ചേരുമരം. രണ്ടാൾ ചേർന്ന് പിടിക്കാൻ പറ്റാത്ത വണ്ണത്തിൽ, അത്ര തന്നെ വണ്ണമുള്ള ഒരു പുളിച്ചി മാവിനോട് ഉരഞ്ഞ്, അതിനെ ചേർത്തു പിടിച്ചാണ് അതിന്റെ നില്പ്. രണ്ടും ചേരുമ്പോൾ മഹാതണലാണ് അടിയിൽ. കരിയിലകളൊക്കെ വെള്ളത്തിൽ വീണും കെട്ടിക്കിടന്നും, വലിയൊരു മീൻകുഴി, ആ മരങ്ങളുടെ വേരുകൾക്കിടയിലേക്കുണ്ട്. ഒരു കൈ കൊണ്ട് വെള്ളം കോരി കരയിലിട്ടാലും അതിലൊരു മീൻ കിട്ടും. ആ പോടുകളിൽ വലിയ ആശങ്ക പടർത്തിയ ഒരു മീൻപിടിത്തത്തിന് ഒരിക്കൽ സാക്ഷിയായിട്ടുണ്ട്. റേഷൻകട നടത്തുന്ന അച്ഛന്റെയൊരു ജ്യേഷ്ഠ സുഹൃത്തുണ്ടായിരുന്നു. മെലിഞ്ഞുണങ്ങിയ മനുഷ്യൻ. ഒരിക്കൽ ആരൊക്കെയോ സ്ക്രൂ കയറ്റി. ആ മീൻപൊത്തിനകത്ത്, കേറിപ്പോകാമോ? റേഷൻകട മാമൻ ധീരനായിരുന്നു. നുഴഞ്ഞു കയറി. ഇടയ്ക്ക് ഉടുമുണ്ടഴിച്ച്, കൂട പോലാക്കി, അതിനുള്ളിലേക്ക് മീൻ പെറുക്കിക്കൊണ്ടിരുന്നു. അല്പം കഴിഞ്ഞു. പുറത്തു നിന്ന് നോക്കിയപ്പോ, അകത്ത് കാലു മാത്രം കാണാം. ഇപ്പോ അനക്കമില്ല. ആരോ കാലിൽ പിടിച്ച് വെളിയിലേക്കിട്ടു. മീൻ കുറേ കിട്ടി. പക്ഷേ, അകത്തേക്ക് പോയ മാമനല്ല, പുറത്തേക്ക് വന്നത്. മോന്തയൊക്കെ, തേനീച്ച കുത്തിയതു പോലുണ്ട്. തടിപ്പ്, ദേഹത്തേക്ക് പടരുകയാണ്. നില്ക്കുന്ന ചേര്, അതിന്റെ വേരുകളിലൂടെ ഫ എന്നൊരു ആട്ട് ആട്ടിയതാണ്. ഒരു രാസപ്രയോഗം.

ഞാനിപ്പോ അതിന്റെ കീഴിൽ ചെന്ന് നില്ക്കുകയാണ്. സൂക്ഷിക്കണം. ആ ചേരുമരം മഹാസാധനമാണ്. നമ്മൾ നാടൻ മാവിൽ നിന്ന് മാങ്ങ വീണോയെന്ന് നോക്കാൻ ചെന്നു നില്ക്കും. പുളിഞ്ചിമാങ്ങ മഹാസുഗന്ധവും മധുരവുമായി വീണെന്ന് കണ്ട്, നമ്മൾ കുനിയുമ്പോഴായിരിക്കും, കാട്ടുഞാവലിന്റെ അത്രയുമുള്ള ചേരിന്റെ കായ വെള്ളത്തിലേക്ക് വീഴുന്നത്. പിന്നാലെ ഒരു തുള്ളി കറ വന്ന്, വള്ളിനിക്കർ മാത്രമുള്ള നമ്മുടെ മുതുകിൽ വീഴും. പിന്നെ ദേഹം, കുന്നൻപൂച്ചയുടെ ദേഹം, ദേഷ്യം വന്നാലെന്ന പോലെ, തിണർത്തു തടിക്കും. എന്നെ ആട്ടിയി

ട്ടില്ല. കൂട്ടുകാരന് ഒരിക്കൽ കിട്ടി. ശേഷം ഇടത്തേ വശത്ത്, മാവിന്റെ കൊമ്പ് കൂടുതലുള്ള ഭാഗത്തു നിന്നേ പെറുക്കാറുള്ളൂ. പെട്ടെന്ന് പുറത്തൊരു ഏറു കിട്ടി. നോക്കിയപ്പോൾ ചേരിന്റെ കായ. കറ, എന്റെ ദേഹത്തൂടെ ഒലിക്കുന്നു. അയ്യോ ഇപ്പോഴെന്റെ ദേഹം അലർജി കൊണ്ട് തടിക്കും. ഞാൻ അപ്പോഴേ, പാതി കരഞ്ഞുകൊണ്ട് മുകളിലേക്ക് നോക്കി. ഒരു ചിരി. അതിന്റെ വലിയൊരു കൊമ്പിലിരുന്ന് ദൈവം നിഷ്കളങ്കമായി ചിരിക്കുന്നു.

4

ചള്ള

കേറി വാ..

ദൈവം എന്നെ കളിയാക്കാനെന്ന വിധം ആംഗ്യം കാണിച്ചു.

എനിക്ക് മരം കേറാൻ അറിഞ്ഞൂടെന്ന് അവനറിഞ്ഞൂടാ. കേറുമായിരുന്നു. വടക്കേക്കരയിലെ കാഞ്ഞിരത്തിന്റെ മുകളിൽ കയറിയിരുന്നാൽ അടുത്തെന്നതുപോലെ കടലു കാണാം. മുതിർന്ന പലരുടെയും ഹോബി അതായിരുന്നു. ദോ, ഒരു ബോട്ട്, ഹൊ എന്തൊരു തിര എന്നൊക്കെ പറഞ്ഞ് നമ്മളെ മോഹിപ്പിക്കും. ഞാനാകട്ടെ, ദുർബ്ബലമായ കിളിമരത്തിന്റെ തുഞ്ചത്തുനിന്ന്, അതിൽ നിറഞ്ഞു കിടക്കുന്ന മുല്ലയിൽ നിന്ന് പൂ പറിക്കുകയും അതിനപ്പുറത്തെ കുടമുല്ലയുടെ ഒരു പൂത്ത കൊമ്പിനെ മണപ്പിച്ച്, താഴെ നില്ക്കുന്ന കുറച്ചൂടെ പൊടിക്കുഞ്ഞുങ്ങളോട് ആളാവുകയുംമാത്രം ചെയ്തിട്ടുള്ള ആളാണ്. ഇതിനിടയിൽ ആരോ, ചെറക്കനിത്തിരി പഠിക്കുമെന്ന് പറയുന്നത് കേട്ടു. അതോടെ അഹങ്കാരം വന്നു. ഉള്ള കഴിവും പോയി.

ഞാൻ ദൈവത്തോട് കരയുന്ന മട്ടിൽ പറഞ്ഞു: “ചേരിന്റെ കറ വീണു.. എന്നെയിപ്പോ ആട്ടും.”

അവൻ ചിരിച്ചു. ചേരാണോ ഞാറയാണോയെന്നറിയില്ല. അവനിരുന്ന് ഒരു കറുത്ത പഴം തിന്നുന്നു.

ഞാൻ പറഞ്ഞു: “ചേരിന്റെ പഴം തിന്നാൽ ചാകില്ലേ..”

അവൻ ഒന്നും പറഞ്ഞില്ല.. ഒന്നൂടെ എടുത്തു കടിച്ചു.

“വേറൊന്നുണ്ട്..” എന്നു പറഞ്ഞ് ദൈവം ഒരു സാധനമെടുത്ത് എറിഞ്ഞു. ഞാൻ കൈ വച്ചതേ, അതെന്റെ കൈയിൽ വന്നിരുന്നു. എന്തൊരു അദ്ഭുതം. ഞാൻ ക്രിക്കറ്റ് കളിക്കുമ്പോ പോലും ഏറ്റവും മോശം ക്യാച്ചെടുപ്പുകാരനായിരുന്നു.

നോക്കിയപ്പോ ഒരു കുഞ്ഞ് കുളമാങ്ങയാണ്.

എനിക്ക് ഇതിൽപ്പരമൊരു സന്തോഷമില്ല. കാരണം ആകെയൊരു കുളമാവ് ഞാൻ കണ്ടിട്ടുള്ളത്, ആ വയലിന്റെ തൊടിക്കു മേലിലുള്ള പുരയിടത്തിലാണ്. വലിയ മരമാവില്ല. പക്ഷേ, കോലു പോലെ നീളും. മാവു പോലെ വിശാലമാവില്ല. നമ്മുടെ പേരാലിന്റെ പഴം പോലിരിക്കും. അത്രയേയുള്ളൂ. പക്ഷേ, അസാമാന്യരുചിയാണ്. കുരുവും തൊലിയുമെല്ലാം ചേർത്ത് വായിലിടണം. തൊലിക്കും കുരുവിനുമിടയിലാണ് ജ്യൂസ്. മരം കയറുമ്പോ കാലു വിറയൽ തുടങ്ങിയ കാലമായിരുന്നു. ഞാൻ താഴെ നിന്ന് മുകളിലുള്ളവനോട് തെണ്ടിയിട്ടുണ്ട്. കിട്ടാക്കനിയാണ്..

അവൻ സ്വന്തം നിക്കറിലേക്ക് ചൂണ്ടി.

അവന്റെ വള്ളിനിക്കറിന്റെ പോക്കറ്റു നിറഞ്ഞിരിക്കുന്നു. അതു വരെ അവനെ എനിക്ക് എട്ടണ വിലയില്ലായിരുന്നു. നാണംകെട്ട് ചോദിച്ചു. “ഒന്നൂടെ തരുമോ?”

പെട്ടെന്ന് ക്രായെന്നൊരു കരച്ചിൽ കേട്ടു. ഏതോ കേട്ടില്ലാത്ത പക്ഷിയുടെ ഒച്ചയാണെന്നാണ് വിചാരിച്ചത്. അപ്പോഴതാ, ഞങ്ങളുടെ പീണിക്കോഴി, പറന്ന്, ആ മരത്തിന്റെ കൊമ്പിൽ അവന്റടുത്ത് ചെന്നിരിക്കുന്നു. അവൻ മറ്റേ പോക്കറ്റിൽ നിന്ന് എന്തോ എടുത്തു കൊടുക്കുന്നു. ഞാൻ അദ്ഭുതത്തോടെ ചോദിച്ചു. “എന്തുവാ അത്.”

“മുളേടെ അരിയാ..”

മുളയ്ക്ക് അരിയോ? എനിക്കറിഞ്ഞൂടായിരുന്നു.

ആകെ അറിയാവുന്ന ഒരു കാര്യം, ആ കോഴി ഒന്നും തിന്നത്തില്ലായിരുന്നു എന്നതായിരുന്നു. ഇന്നു വരെ മുളക്കൂട്ടമോ, മുള പൂത്തു നില്ക്കുന്ന സ്ഥലമോ, ആ പരിസരങ്ങളിൽ കണ്ടിട്ടില്ല. കാവിനുള്ളിൽ ചിലപ്പോൾ ഉണ്ടാകണം. ഏത് ദൈവമാണെങ്കിലും സ്വന്തമായി ഒന്നും ഉല്പാദിപ്പിക്കാൻ പറ്റില്ലെന്ന് അന്നേ അറിയാമായിരുന്നു.

അവൻ ഊർന്നിറങ്ങി വന്നു. ഇപ്പോഴെന്റെ മുഖം തടിച്ചു വരുമെന്ന് ഞാൻ കരുതി.

ഇല്ല. ചില രക്തസ്വഭാവമുള്ളവരിൽ മാത്രമേ ചേര് ആട്ടൂ. അതെന്ത് രാസപദാർത്ഥമാണ് ഉല്പാദിപ്പിക്കുന്നത്.? അതെന്താ ചിലരിൽ മാത്രം പ്രവർത്തിക്കുന്നത്.? ആർക്കറിയാം. ആ പുളിച്ചി മാവിൽ ഞങ്ങളുടെ രണ്ടു മൂന്ന് മുതിർന്ന കൂട്ടുകാർ ധൈര്യത്തോടെ കയറുന്നത് കണ്ടിട്ടുണ്ട്. അവരെ ആട്ടിയില്ല. പേടിച്ചുതൂറികളെയൊക്കെ ആട്ടിയിട്ടുമുണ്ട്.

ദൈവം ഊർന്ന് താഴേക്കിറങ്ങി വന്നു. പോക്കറ്റിൽ നിന്ന് നിറയെ കുളമാങ്ങ എടുത്തു തന്നു. മനസ്സ് നിറയെ കഴിച്ചു; അവസാനമായി. കുറച്ചു നാൾ കഴിഞ്ഞ്, മറ്റേ കുളമാവ് വെട്ടിക്കളഞ്ഞു. പുള്ളാരുടെ ശല്യം കാരണം. പിന്നെ ഞാൻ ആ മരത്തെ കണ്ടിട്ടില്ല. എന്തു കൊണ്ടെന്നതിന് പിന്നീടൊരിക്കൽ ഒരു ഉത്തരം കിട്ടി.

കുറേ കാലം കഴിഞ്ഞ്, ഒരു പണിക്കൻ അച്ഛനെ കാണാൻ വന്നു. എനിക്കങ്ങേരെ കുഞ്ഞുനാൾ മുതൽ അറിയാം. ഞങ്ങളുടെ പിന്നിലുള്ള

വയലിൽ, അയാൾ പാട്ടത്തിന് കപ്പ(മധുര)ക്കിഴങ്ങ് കൃഷി ചെയ്തിട്ടുണ്ടായിരുന്നു. കലാകാരനായിരുന്നു. നാലു പണ നിറയെ വെള്ളത്തലപ്പും, ബാക്കി നാലിൽ ചെമന്നതലയുമാണ് ഭംഗിക്ക് നട്ടത്. തലപ്പ് കണ്ടാലറിയാം, ചൊമന്നതാണോ വെള്ളയാണോയെന്ന്. ചെമന്നതിനാണ് രുചി. കറയും കുറവാണ്. ദാരിദ്ര്യമുള്ള കാലം. വയറു വേവുമ്പോ എന്റെ പല കൂട്ടുകാരും വയലിലിറങ്ങി കപ്പക്കിഴങ്ങ് അളിച്ച് തിന്നും. ഞാൻ കൂട്ടു നിന്നിട്ടുണ്ട്. പിറ്റേന്ന് തല വാടി നില്ക്കുമ്പോഴേ, വലിച്ചു പറിച്ച് കിഴങ്ങ് കൊണ്ടു പോയത് അറിയൂ. പണിക്കൻ ഗതികെട്ടു. ഒരിക്കൽ ചെളിയിൽ പൂന്തി ഒളിച്ചു കിടന്നു. പിള്ളേരു വന്നപ്പോ എടുത്തു ചാടി. പക്ഷേ, അടിയിൽ നിന്ന് ചെളി പിടിച്ചതു പോലെ, വിചാരിച്ചതുപോലെ പൊങ്ങി വരാനൊത്തില്ല. പിള്ളേര് കൂവി കൊണ്ടോടി. പണിക്കൻ ചെളിയിൽ പൂണ്ടു പോയി. ദേഷ്യവും സങ്കടവും. ഉച്ചയ്ക്ക് ഉണ്ണാൻ വന്ന അച്ഛൻ വിളി കേട്ട് ഓടിവന്നു കൈ കൊടുത്തു കേറ്റി. പണിക്കൻ കരഞ്ഞതു പോലെ പിള്ളേരുടെ ദ്രോഹം പറഞ്ഞു. അച്ഛൻ എന്നെയൊരു വിളി. എനിക്ക് അപകടം മനസ്സിലായി. തോന്ന്യാസത്തിന് പോകുമ്പോ, ഞാൻ തലയിലൊരു തോർത്തു കെട്ടിയിരിക്കും. കുട്ടിക്കൈലി ഊരിയെറിഞ്ഞ്, ഈ തോർത്തുമെടുത്ത് മൂന്നു തൊടിയുള്ള വെള്ളത്തിലേക്ക് ചാടും. വേഗം കേറി, കൈലി ഉടുത്ത്, തല തോർത്തി, ഞാനങ്ങോട്ടു ചെന്നു.

ചോദിച്ചപ്പോ, ഞാൻ പറഞ്ഞു.

“എനിക്കറിഞ്ഞൂടാ, നാലു ദിക്കീന്നും പുള്ളാര് വരും. ക്കണ്ടിട്ടും കേട്ടിട്ടുമില്ലാത്തവര്.. ഞാൻ ദാ കുളിച്ചിപ്പോ കേറിയതേയുള്ളൂ.”

ഞാൻ പണിക്കനെ നോക്കി. ക്കണ്ണു നിറഞ്ഞിട്ടുണ്ട്.

വലിയ തോട്ടിൽ കൂടി വള്ളം പൊയ്ക്കൊണ്ടിരുന്ന കാലത്ത്, കൊല്ലം കമ്പോളത്തീന്ന് ഊന്നുവള്ളത്തീ സാധനം കൊണ്ട് വന്ന്, ഇരവിപുരത്തെ കടവിലിറക്കുന്ന പണിയായിരുന്നു ചെറുപ്പത്തിൽ പണിക്കന്. തോട് മണ്ണു കേറി തൂർന്നപ്പോ, പണി പോയി. പിന്നെ ഇതു പോലെ പല പല പണി. നിവൃത്തികേട് കാഴ്ചയിൽ നിന്നു തന്നെ അറിയാം. അതിനെ മറച്ചൊരു വലിയ മീശ വച്ചിട്ടുണ്ടെന്നേയുള്ളൂ.

അങ്ങനെ പണ്ട്, ഞങ്ങൾ നശിപ്പിച്ച പണിക്കനാണ് ഇപ്പോൾ അച്ഛന്റെ മുന്നിൽ നില്ക്കുന്നത്.

ഞങ്ങളുടെ വീടിന്റെ തെക്ക് മുകളിൽ വിശാലമായി, തരിശായി കിടക്കുന്ന പറമ്പ് കാണിച്ച് പണിക്കൻ പറഞ്ഞു.

“ഞങ്ങളൊക്കെ കൊച്ചിലേ, ഒരുപാട് തൂറിട്ടൊള്ള പറമ്പാ. ഒരുപാട് ഈ തോട്ടിലിരുന്ന് ചവിരിക്കുകയേം ചെയ്തു. എന്തെല്ലാം മരമായിരുന്നു അന്നീ പറമ്പ് നിറയെ.”

പണിക്കൻ പറഞ്ഞു:

“പുള്ളാര് തിന്നു തൂറിയാ മാത്രം കിളിക്കുന്ന മരങ്ങളൊണ്ട്.”

ഞാൻ കളഞ്ഞിട്ടു പോയ കുളമാവിന്റെ കുരുവും, ഞങ്ങൾ കൂട്ടുകാർ കഴിച്ചിട്ടു പോയ, കുരുക്കളുമൊന്നും കിളിർക്കാത്തതെന്ത്? വംശ

നാശം വന്ന ഡോഡോ പക്ഷിയുടെ ആമാശയത്തിലൂടെ കടന്നു വന്നാൽ മാത്രം മുളയ്ക്കുന്ന വൃക്ഷങ്ങളും ഇല്ലാതായതു പോലെ, മനുഷ്യരിലൂടെ കടന്നു വരുന്ന തരത്തിലുള്ളവയും ഉണ്ടാകാം. ആർക്കറിയാം?

പണിക്കനെ കുറേ നാൾ മുമ്പാണ് വീണ്ടും ശ്രദ്ധിച്ചത്. നമ്മൾ ഇടയ്ക്ക് നാട്ടിൽ വന്ന്, കണ്ണും പൂട്ടി ബൈക്കിലൊക്കെ പായുമ്പോഴൊക്കെ, ഇത്തിളു പിടിച്ചൊരു മാവിന്റെ കമ്പു പോലെ, അങ്ങേർ ഓരോ തവണയായി കൂടുതൽ കൂടുതൽ വിളറിക്കൊണ്ടിരിക്കുന്നത് നമ്മുടെ ഉൾക്കണ്ണ് കാണുന്നുണ്ട്. പക്ഷേ, നമ്മൾ മനഃപൂർവ്വം കാണാതെ പായുന്നു. പത്തിരുപത്തഞ്ചു വയസ്സോടെ, നമ്മുടെ വളർച്ചയുടെ അവസാന നാമ്പും അവസാനിക്കുന്നു. പിന്നെ പത്തു പന്ത്രണ്ടു വർഷം അത് വിസ്മരിച്ച് നമ്മളോടുന്നു. ശേഷം, നാശം നമ്മളുടെ കോശങ്ങളിൽ അതിന്റെ അടയാളം വരുത്തിത്തുടങ്ങുമ്പോഴേക്കും നമ്മുടെ കാഴ്ചകളിൽ ഇതു പോലെ പണിക്കൻമാർ വീണ്ടും പ്രത്യക്ഷപ്പെട്ടു തുടങ്ങും. ഇപ്പോൾ അയാൾ വലിയൊരു ഏർമാടക്കടയുടെ അടുത്ത് കൂനിക്കൂടിയിരിക്കുകയാണ്. വല്ലാത്ത ചുമ. നമ്മൾ അല്പം ദൂരെ വണ്ടി നിർത്തി. ഓർമ്മകൾ കുത്തുന്നുണ്ട്. എന്താണ് വേണ്ടത്? നമ്മളാരെന്ന് പറഞ്ഞാലറിയാം. എന്തെങ്കിലും കൊടുക്കാം. വീണ്ടും മടങ്ങാം. അത് അഹങ്കാരത്തിന്റെ വേറൊരു അടയാളമാവും.

പണിക്കൻ ഇപ്പോൾ ഉണ്ടോ ഇല്ലയോ? മരിച്ചാൽ ഞാൻ അറിയില്ല. അത് പറയപ്പെടുന്ന ഒരു മരണമാവില്ല. പക്ഷേ, അയാളുടെ അദ്ധ്വാനത്തിന്റെ സത്തയും നീരോടി, എന്റെ ഞരമ്പിൽ കിടപ്പുണ്ട്. എന്റെ ചോരയോട്ടങ്ങളിൽ അതിന്റെ ഇന്ധനവും പെടും. ഏഴെട്ട് കപ്പക്കിഴങ്ങുകൾ. ചുവപ്പും വെളുപ്പും. കട്ടുതിന്ന മുതൽ.

കൂടുതൽ അയാൾക്കു മേൽ നമ്മുടെ അഹങ്കാരത്തിന്റെ വിഷമുള്ള സംഭാഷണങ്ങളോ പണമോ കൊണ്ട് അപമാനിക്കാതെ, ഞാൻ ബൈക്ക് സ്റ്റാർട്ടാക്കി. പണിക്കൻ ശാന്തനായി പൊയ്ക്കോട്ടെ.

ദൈവം മരത്തിൽ നിന്ന് ഊർന്നിറങ്ങി. അതോടെ, പീണിക്കോഴി, പണ്ട് ദൈവം തല കുത്തി വീണാലെന്നതു പോലെ, നേരെ, തോട്ടിലേക്ക് ശക്തിയറ്റതുപോലെ വീണു. വെള്ളത്തിൽ വീണ്, അഞ്ചാറ് തവണ തല മുക്കിക്കുടഞ്ഞ്, ബഹളം വച്ച് കരയിലേക്ക് ചിറകിട്ടടിച്ച് കയറി. പിന്നെ ഒരു ചെറുമരത്തിൽ നിന്ന് മറ്റൊന്നിലേക്ക് എന്ന വിധം പറന്ന്, വൈദ്യരുടെ പുരയിടത്തിലെ ഒരു കൊന്നത്തെങ്ങിന്റെ മുകളിൽ ചെന്നിരുന്നു. അവിടിരുന്ന്, താനൊരു കോഴിയേ അല്ലെന്ന മട്ടിൽ വിചിത്രമായി ശബ്ദമുണ്ടാക്കി. ഇപ്പോൾ ഉച്ചവെയിലിൽ അതിന്റെ കഴുത്തിലെ മഞ്ഞത്തൂവലുകൾ തിളങ്ങി ഒരു നീല നിറം പടർന്നു. നീലക്കോഴി. അതേ പേരിൽ ഒരു ദേശാടനപ്പക്ഷിയുണ്ട്. ഞങ്ങളുടെ വയലിൽ ഒരിക്കൽ മാത്രമേ കണ്ടിട്ടുള്ളൂ. നാലഞ്ചു കിലോമീറ്റർ ചുറ്റളവിലുള്ള ഉമയനല്ലൂർ, കാരിക്കുഴി പോലുള്ള വലിയ വയലുകളിൽ കണ്ടമാനം വന്നിറങ്ങുന്നതു കണ്ടിട്ടുണ്ട്. ഭയങ്കര ചന്തമാണ്. വലിയ ആവാസവ്യവസ്ഥ വേണം. ഞങ്ങ

ളുടെ ചെറുവയൽ അതിനെ താങ്ങില്ല. പക്ഷേ, ഞങ്ങളുടെ വയലിൽ അതിനെ കണ്ടത് വല്ലാത്ത ഓർമ്മയാണ്.

ഒരു ദിവസം രാവിലെയാണ്. തുലാക്കോള്, മാനത്ത് കേറിയുമിറങ്ങിയും നില്പുണ്ട്. സാധാരണമല്ലാത്ത രീതിയിൽ, വെളുപ്പിന് ഇടി വെട്ടിയൊരു മഴ പെയ്തു. പിന്നെയും മുറുമുറുത്തു നില്ക്കുകയാണ്. അച്ഛൻ വയലിൽ നില്ക്കുകയാണ്. പെട്ടെന്നാണ് കണ്ണു കാണാൻ വയ്യാത്ത തരത്തിലൊരു മിന്നൽ വെട്ടിയത്. അടുക്കളയിൽ നിന്ന അമ്മ നിലവിളിച്ചു പോയി. ആ വിളി പുറത്തു കേൾക്കാത്ത മട്ടിൽ ഒരിടിയും കേട്ടു. അമ്മ പാഞ്ഞ് വെളിയിൽ വന്നു. അച്ഛൻ വയലിലാണ്. പുറത്ത് വെന്ത ദോശച്ചട്ടിയിൽ വെള്ളം കോരിയൊലിക്കുന്ന മട്ടിലുള്ള ഒരു ശൂ ശബ്ദവും വയലിൽ നിന്നു കേട്ടു. ഞങ്ങളോടി ചെന്നപ്പോൾ അച്ഛനൊരു മരവും ചാരി അനങ്ങാതെ ഇരിക്കുകയാണ്. വിളിച്ചിട്ടും മിണ്ടുന്നില്ല. പിന്നെ ഒന്നുമില്ല, ഒന്നുമില്ലെന്ന് കൈയാട്ടി. പിന്നെ കണ്ട കാഴ്ച. അങ്ങു ദൂരെ നിന്ന്, വയലിനും തോടിനുമിടയിലുള്ള തൊടിയിൽ കാടു പിടിച്ചു, വയലിലേക്ക് ചാഞ്ഞു നില്ക്കുന്ന വൃക്ഷ ശാഖകളിലൊക്കെ, ഒരു തീക്കുതിര പാഞ്ഞു പോലെ, കരിഞ്ഞ അടയാളങ്ങൾ. അതൊരു വര പോലെ പടിഞ്ഞാറ് കാവിന്റെ ഭാഗത്തേക്ക് പോയിരിക്കുകയാണ്. മണ്ണും വെള്ളവും ചെടിയുമൊക്കെ കരിഞ്ഞ ഗന്ധം വരുന്നുണ്ട്. ഇടി വീണ് രാത്രി തെങ്ങു നിന്നു കത്തുന്നത് ഞാൻ കണ്ടിട്ടുണ്ട്; മുകളിൽ അച്ഛന്റെ കുടുംബവീടി നടുത്താണ്. ഇതു പക്ഷേ ഭൂമിക്ക് സമാന്തരമായി പോയതെങ്ങനെ? നോക്കിയപ്പോൾ വെള്ളത്തിലൊരു പുളവൻ ചത്തു പൊന്തിക്കിടക്കുന്നു. പിന്നെ മനസ്സിലായി. പുളവനല്ല, ബ്ലാങ്ക് എന്ന പാമ്പിനെ പോലുള്ള മീനാണ്. ഒന്നു രണ്ട് തുപ്പലുപരലും ചത്തുകിടപ്പുണ്ട്. അങ്ങ് വൈദ്യരുടെ വയലു കടന്ന്, വഞ്ചിയിൽകാരുടെ വയൽക്കെട്ടിലേക്ക് കടക്കുമ്പോൾ, മരച്ചില്ലകളെ തിളപ്പിച്ച വര ദുർബ്ബലമായി ഇല്ലാതായിട്ടുണ്ട്. പിന്നെ നോക്കിയപ്പോൾ, അന്നുവരെ കണ്ടിട്ടില്ലാത്ത ചെറിയ കോഴിയുടെ അത്രയുമുള്ള ഒരു നീലക്കിളി. അതിന്റെയൊരു തൂവൽ ഞാൻ ഊരിയെടുക്കാൻ ചെന്നപ്പോ അച്ഛൻ വഴക്കുപറഞ്ഞു. മിന്നലടിച്ചതാണ്. കറന്റു കാണും. പിന്നൊരിക്കൽ സ്കൂളിൽ പോകുമ്പോഴാണ് കാരിക്കുഴി ഇറക്കത്തിലേക്ക് ബസുരുളുമ്പോൾ, വലത്ത്, വെയിലിൽ തിളങ്ങി, അത്തരം പത്തമ്പത് കിളികൾ. നീലക്കോഴികൾ.

പത്തു മിനിട്ടോളം അങ്ങനിരുന്നിട്ട് അച്ഛൻ മെല്ലെ എഴുന്നേറ്റു. തൂമ്പയും കൂന്താലിയും പോലുള്ള സകല വിധ ആയുധങ്ങളും എടുത്തു കൊണ്ടുവരാൻ പറഞ്ഞു.

അച്ഛൻ ചെളിയിലേക്കിറങ്ങി. പിന്നെ, ഒരു പശുവിന്റെ കൊമ്പു പോലെ, വെള്ളത്തിന് മുകളിൽ കറുത്തു വെടിച്ച്, കൂർത്തിരിക്കുന്ന ഒരു തടിയിൽ പിടിച്ച് കുലുക്കി നോക്കി. അച്ഛൻ ഉലയുന്നതല്ലാതെ അത് അനങ്ങുന്നില്ല.

എത്രയോ നൂറ്റാണ്ടു മുമ്പ്, ഞങ്ങളുടെ വയലിൽ വീണു മരിച്ച ഒരു

മരംഅപ്പൂപ്പന്റെ മണ്ണോടു മണ്ണാകാത്ത ഉരുക്കുശരീരമാണത്. കാടു നിന്നിടം, പിന്നീട് വയലും, വയൽ പിന്നീട് കാടുമൊക്കെയായി. ഇപ്പോൾ ഭൂമാഫിയ വാങ്ങിക്കൂട്ടുന്ന വയലുകൾ കാലക്രമേണ എന്തായി മാറുമെന്ന് ആർക്കറിയാം. മുമ്പും ഇത്തരം ചെറിയ പല തരം തടികൾ കിട്ടിയിട്ടുണ്ട്. വല്യ പ്രയോജനമൊന്നുമില്ല. കോടാലിക്കു പോലും വെട്ടുകൊള്ളില്ല. അങ്ങനെ കണ്ടെത്തി, ഇളക്കാൻ പറ്റാതെ അച്ഛൻ ഉപേക്ഷിച്ച തടിയാണ് അച്ഛനിപ്പോ കുലുക്കുന്നത്.

പിന്നെ അച്ഛൻ ഒരക്ഷരം മിണ്ടാതെ വെള്ളത്തിൽ പണി തുടങ്ങി. പ്രാതൽ കഴിക്കാൻ അമ്മ വിളിച്ചിട്ട് ചെന്നില്ല. ഉച്ചയായി. വിളിച്ചപ്പോ അച്ഛൻ ചീത്ത വിളിച്ചു. എന്നിട്ടു പറഞ്ഞു. ആ പാതാൻപുറത്തിരിക്കുന്ന സ്രാവിന്റെ നെയ്യ് ചൂടാക്കി എടുത്തു കൊണ്ടു വരാൻ. അങ്ങനെ ചെയ്തു. ഒരു ഹോർലിക്സ് കുപ്പിയുടെ മുക്കാൽ ഭാഗമുണ്ടായിരുന്നു. അച്ഛൻ എടുത്തൊരു കുടി. ഒരു ഏമ്പക്കം വിട്ടു. പിന്നെയും പണി തുടങ്ങി. കളിക്കാൻ പോയി, വൈകിട്ട് ഞാൻ എത്തിയപ്പോൾ, അച്ഛൻ നില്ക്കുന്നതിനടുത്ത്, ആ വിയർപ്പ് പാറുന്നിടത്തെല്ലാം സ്രാവിനെ മുറിച്ചിട്ടിരിക്കുന്ന മണം. മീൻ അഴുകിയ കടപ്പുറത്തു നില്ക്കുന്നതു പോലെ. ഇരുട്ടിയപ്പോഴും അച്ഛൻ കരയിൽ കയറുന്നില്ല. നിലാവിൽ നിന്ന് വെട്ടുകയും കിളയ്ക്കുകയും ചെയ്യുകയാണ്. ഞങ്ങൾ ഉറങ്ങാൻ കിടന്നു. പിറ്റേന്ന് രാവിലെ ഞാനങ്ങോട്ടു പോയില്ല. ഉച്ച കഴിഞ്ഞ് ചെന്നപ്പോ, അച്ഛൻ രണ്ടു കൂട്ടുകാരുടെ സഹായത്തോടെ, ഒരു വലിയ വൃക്ഷത്തിന്റെ തലപ്പു പോലിരിക്കുന്ന ഈ പ്രാചീന തടി എടുത്ത് വെളിയിലിട്ടിരിക്കുന്നു. ഈ പ്രയത്നത്തിൽ കണ്ട രണ്ടു മൂന്ന് എരലും വരാലും, കഴുത്തിലെ വെട്ടിൽ നിന്ന് ചോരയൊലിച്ച് കരയിൽ കിടപ്പുണ്ട്. തലേന്നു രാത്രി അച്ഛനു വേണ്ടി, അമ്മ കൊളുത്തി വച്ച വിളക്ക് ചിമ്മിനി, മണ്ണെണ്ണ വറ്റിയ അവസ്ഥയിൽ ഇരിപ്പുണ്ട്.

കലമാനിന്റെ കൊമ്പിന്റെ ആകൃതിയുള്ള ആ മരം ഞങ്ങൾ കുറേ കാലം കളിക്കാനെടുത്തു. വയലാകട്ടെ, ഏതാണ്ട്, ആ മരത്തിന്റെ അതേ ഡിസൈനിൽ അച്ഛൻ കുഴിച്ചിരുന്നു. പില്ക്കാലത്തായിരുന്നെങ്കിൽ, എങ്ങനെ ആ ഡിസൈനിൽ അവിടെയാരു കുഴിയുണ്ടായെന്ന അദ്ഭുതം പ്രഹേളികയായി നില്ക്കുമായിരുന്നു. അച്ഛനന്ന് ഒരു ലഹരിയും ഉപയോഗിക്കുമായിരുന്നില്ല. എന്നിട്ടുമെങ്ങനെ, ഇതു പോലൊരു ശക്തി കിട്ടിയെന്ന് പലപ്പോഴും ആലോചിച്ചിട്ടുണ്ട്. പിന്നെ കാലാവസ്ഥയെക്കുറിച്ചൊരു പുസ്തകം വായിച്ചപ്പോ അതിൽ പറഞ്ഞിട്ടുണ്ട്: അന്തരീക്ഷത്തിലെ വൈദ്യുതിയുടെ കൊടുക്കൽ വാങ്ങലുകളും അന്തീക്ഷത്തിലെ ഐയണീകരണവുമൊക്കെ, അത് ഏറ്റ ആളിനെ പല മട്ടിൽ സ്വാധീനിക്കുമെന്ന്.. അതായിരുന്നിരിക്കണം അച്ഛന്റെ ഉത്സാഹമെന്ന് ഊഹിക്കുന്നു. ശേഷവും ആ കുഴി, അച്ഛൻ പോയിട്ടും, അവസാനത്തെ മീൻകുഴിയായി തുടർന്നു. പിന്നതിലേക്കും മണ്ണു തൂർന്നു. ഇനിയും കാലം മറിയും. അതിലേക്ക് അച്ഛൻ നട്ടു വലുതായ മാവും പ്ലാവും മറിയും. അതിന്മേലെയും

മണ്ണു മറിയും. വയൽ പുരയിടമാവും. പിന്നെയും കാലം മാറും അതിനെ വയലായി മടക്കിക്കൊണ്ടു വരും; ഏതു ഭൂമാഫിയയ്ക്കും മീതെ, കാലസഞ്ചാരം തുടരും. അപ്പോൾ, ഇനിയുമിതു പോലെ മരം, കറുത്തുറഞ്ഞ് ഉരുട്ടുകട്ടി പോലെ ബാക്കിയായി കലമാന്റെ കൊമ്പു പോലെ ഉയർന്നു വരും. പല കുട്ടികൾക്ക് കളിക്കാൻ കിട്ടും. പ്രപഞ്ചനാടകം.

ദൈവവുമായി കൂട്ടു കൂടിയ ഞങ്ങളുടെ പീണിക്കോഴിയുടെ ചരിത്രം വല്ലാത്തതായിരുന്നു. ഞാനൊരിക്കൽ അതിനെ എടുത്തിട്ടുണ്ട്. ഏതോ കാട്ടുവള്ളിയിൽ കുടുങ്ങിക്കിടന്നപ്പോൾ. കുറേ തൂവൽ എടുക്കുന്നത്ര ഭാരമേ ഉണ്ടായിരുന്നുള്ളൂ. പിന്നീടൊരിക്കലും അതിനെ പിടിക്കാൻ കിട്ടിയതുമില്ല. അത് മരക്കൊമ്പുകളിൽ, പറക്കുന്ന പക്ഷിയായി തുടർന്നു.

പീണിക്കോഴിയെന്നത് അമ്മയിട്ട പേരാണ്. തീരെ മെലിഞ്ഞത് എന്നാകും അമ്മ ഉദ്ദേശിച്ചത്. അതിന്റെ ജനനം തന്നെ ഒരിക്കലും മറക്കാനാവാത്ത നിലയിലാണ്. അമ്മയ്ക്ക് പത്തു പതിനഞ്ച് കോഴികൾ എപ്പോഴുമുണ്ടായിരുന്നു. പ്രത്യേകിച്ച് തീറ്റയൊന്നും വേണ്ട. വയലിലും തൊടിയിലും കുഴിയിരയും കുഞ്ഞുമാക്രിയും പലവിധ പുഴുക്കളുമൊക്കെ ഇഷ്ടം പോലുണ്ട്. എല്ലാ വെക്കേഷനും പുതിയതിനെ അട വച്ച് വിരിക്കുകയും ചെയ്യും. പുള്ളും പരുന്തും കുറച്ചു റാഞ്ചും. രണ്ടാഴ്ച പരുവം വരെ, കാക്ക ചിറകിൽ കൊത്തി എടുത്തുകൊണ്ടു പോകാം. രണ്ടു മാസം വരെ കഴുത്തിൽ കടിച്ച് കീരി കൊണ്ടു പോകാം. പക്ഷേ, പക്ഷി റാഞ്ചുമ്പോൾ, അടയിരുന്ന് മെലിഞ്ഞ അമ്മക്കോഴി പിന്നാലെ പറക്കുന്നതു കാണുമ്പോഴാണ്, കോഴി ഒരു പറവയാണെന്ന് നമുക്ക് ഓർമ്മ വരുന്നത്.

പലകക്കൊട്ടിലിന്റെ മൂന്നും കൂടിയ മൂലയിലാണ് അമ്മ, കോഴികളെ മുട്ടയിടാൻ പഠിപ്പിക്കുന്നത്. മൂന്നാലെണ്ണത്തിന് മുട്ടയിടാനുള്ള സൗകര്യമുണ്ട്. പക്ഷേ, ഒരു കോഴിയെ മാത്രം മിക്കപ്പോഴും കാണാതാകും. ഇടയ്ക്ക് എപ്പോഴെങ്കിലും പ്രത്യക്ഷപ്പെടും. അമ്മ പിടിക്കാൻ നോക്കുമ്പോ കിട്ടില്ല. അതായിരുന്നു പീണിക്കോഴി. അമ്മ പറഞ്ഞിട്ട് ജനിച്ച കോഴിയല്ല അത്.

ഒരു ദിവസം, അമ്മ സ്കൂളിൽ പോകാനിറങ്ങുമ്പോ, ഒരു കോഴിക്കുഞ്ഞിന്റെ ശബ്ദം. അങ്ങനെ കരയുന്ന ഒരു കിളിയുണ്ട്. അല്ല. മഞ്ഞയും കാവിയും നിറത്തിലുള്ള സുന്ദരിയായ ഒരു കുഞ്ഞ് അപ്പോ വിരിഞ്ഞിറങ്ങിയതു പോലെ. അമ്മ അന്തംവിട്ടു പോയി. ആ കാലം അമ്മ അടവയ്ക്കാറുണ്ടായിരുന്നതല്ല. അപ്പുറത്തുകാരോട് ചോദിച്ചപ്പോ, അവരുടേതല്ല. പിന്നവിടെ ചോദിക്കാൻ വിജനതയല്ലാതെ ആരുമില്ല. എന്തായാലും ഒറ്റാൽ കൊണ്ട് അടച്ചിട്ട്, അച്ഛനോട് പറഞ്ഞ ശേഷം കുറച്ചു നെല്ലും ഇട്ടു കൊടുത്ത് അമ്മ പോയി.

മുന്നിൽ ഓല കൂട്ടിയിട്ടിരിക്കുന്നതിനിടയിൽ നിന്നാണ് ഇറങ്ങി വന്നതെന്നാണ് അമ്മ, അച്ഛനോട് അദ്ഭുതം പോലെ പറഞ്ഞത്. അതെങ്ങനെ? അച്ഛൻ ഓല, ഒന്നൊന്നായി മാറ്റി. അടിയിൽ പുഴുവരിച്ച്, ദ്രവിച്ചുതുട

ങ്ങിയ അമ്മക്കോഴി. അതിനടിയിൽ മുട്ടയിട്ട് അടയിരുന്നതാണ്. അച്ഛൻ ഓരോ ദിവസവും വീഴുന്ന ഓല പെറുക്കി ഒരിടത്ത് കൂട്ടുമ്പോൾ, ഭാരം കൂടി എഴുന്നേല്ക്കാൻ വയ്യാതെ ആയിപ്പോയതാണ്. പത്തു പതിനെട്ട് ദിവസമെങ്കിലും അടയിരുന്നിരിക്കണം. മുട്ടയിലെല്ലാം ഉറുമ്പരിച്ച്, മുട്ടകളിൽ നിന്ന് ഉണങ്ങിയ തൂവലുകൾ കാണാമായിരുന്നു. അതിനിടയിൽ ഒരു മുട്ടയിൽ നിന്ന് ചോരഞരമ്പുകൾ. ജീവനിറങ്ങിപ്പോയ അടയാളം. ഞങ്ങളുടെ പീണിക്കോഴി.

അമ്മ അമിതവാത്സല്യത്തോടെയും കുറ്റബോധത്തോടെയുമാണ് അതിനെ വളർത്തിയത്. പക്ഷേ, മതിയായ ചൂടു കിട്ടാത്തതുകൊണ്ട് പല തരം ജനിതകപ്രശ്നം അതിനുണ്ടായിരുന്നിരിക്കണം. കൂട്ടിൽ കയറാതെയും, വയലു മുഴുവൻ കൊക്കി അലറി വിളിച്ചും, മറ്റു കോഴികളുമായി അടുക്കാതെയും, ഞങ്ങളുടെ വയലിലെ മരങ്ങളിൽ നിന്ന് മരങ്ങളിൽ പറന്നിരുന്നും അത് കാലം കഴിച്ചു. അത് പൂവനോ പിടയോ എന്നുപോലും അറിഞ്ഞുകൂടായിരുന്നു. ആഹാരം കഴിക്കുന്നത് ഞാനെന്റെ ജീവിതത്തിൽ കണ്ടത് ചേരുമരത്തിൽ വച്ച്, ദൈവത്തിന്റെ കൈയിൽ നിന്നാണ്. ആ കോഴിയും ദൈവവും തമ്മിൽ എന്ത് രസതന്ത്രമായിരുന്നുവെന്ന് മനസ്സിലായില്ല. മനസ്സ് തെളിഞ്ഞു വരാത്തവരുടെയൊരു വേദന അവർ പറയാതെ പറഞ്ഞിരിക്കണം. വല്ലാത്തൊരു പാരസ്പര്യം.

ആറേഴു മാസം കഴിഞ്ഞൊരു ദിവസം, വെക്കേഷൻ കാലത്ത്, ചില കൂട്ടുകാരന്മാരൊക്കെ കടയിടും. അര ബാര 501 സോപ്പ്, രണ്ടു മൂന്നു തരം മിഠായി. എനിക്കും അങ്ങനൊരു ആശ തോന്നി. ഒന്നു രണ്ട് കൊല്ലം, റോഡരികിലൊരു ചായ്പ് കെട്ടി, കടയിലിരുന്നു. എസ് എൻ കോളജിലെ ഒരു ഇംഗ്ലീഷ് ലക്ചറർ ചേച്ചി, ഞാൻ കച്ചോടത്തിന് വച്ചിരുന്ന അര ബാർ സോപ്പും ഒരുമിച്ച് വാങ്ങിച്ചു കൊണ്ടു പോയത്, വലിയ അത്ഭുതമായിരുന്നു. ആകെ എട്ടു കട്ടയിൽ, ഒരു കട്ട, അല്ലെങ്കിൽ ആഡംബരത്തിന് രണ്ട്.. അത്രയേ സാധാരണക്കാർ വാങ്ങിക്കാറ് പതിവുണ്ടായിരുന്നുള്ളൂ. ഞാൻ ആ വലിയ കച്ചവടം കിട്ടിയതിന്റെ സന്തോഷത്തിൽ ഇരിക്കുകയായിരുന്നു. അപ്പോഴാണ് പഴയ ആ മുസ്ലീംപയ്യനും അവന്റെ മൂത്ത ഇക്കായും കൂടി എന്റെ കടയിൽ വന്ന് ചോദിച്ചത്: “ദൈവത്തിന്റെ വീട് ഏതാ..”

തെക്ക് ഒരുപാട് വെളിമ്പ്രദേശങ്ങൾ കടന്ന് വലിയ കോളനിയുണ്ട്. അവിടെയാണ്. വീട് തിട്ടമല്ല.

ഞാൻ ആ.. എനിക്കറിഞ്ഞൂടെന്ന് കള്ളം പറഞ്ഞു.

എന്റെ മുഖം മുഴുവൻ അവന്റെ ഇക്കാക്കയുടെ മുഖത്താണ്. പത്തു പതിനാലു വയസ്സു വരും. എനിക്ക് അവനോട് ദേഷ്യമുണ്ട്. അതാണ് എനിക്കറിഞ്ഞൂടെന്ന് പറഞ്ഞത്. ആ പയ്യൻ പറഞ്ഞു.

“ദൈവം മരിച്ചു.”

എനിക്കത് വല്യആഘാതമായിട്ടൊന്നും തോന്നിയില്ല. അവന്റെ ഇക്കയെ തന്നെയായിരുന്നു ഞാൻ നോട്ടമിട്ടത്. പിറക്കും പിറക്കും പിള്ള

മാർക്കുള്ള ഞങ്ങടെ ആ തറവാട്ടിന് പിന്നിലെ ചിറവയലിൽ വച്ച് എനിക്കവനെ പരിചയമുണ്ട്. ആ വയലിൽ ഞങ്ങളുടെ തോട്ടിലില്ലാത്ത ചള്ള എന്ന മീനുണ്ടെന്ന് ഒരു കൂട്ടുകാരൻ പറഞ്ഞിരുന്നു. പള്ളത്തിയെന്നു കുട്ടനാട്ടുകാർ പറയുന്ന മീൻ അതാണെന്ന് തോന്നുന്നു. കരിമീനിനെ പോലെ സസ്യഭുക്കാണ്. ഞാൻ അമ്മയോട്, പ്രൈസ് വാങ്ങാൻ പോവുകയാണെന്ന് പറഞ്ഞ് പുറപ്പെട്ടു. പ്രൈസെന്നു വച്ചാൽ, അന്ന് തമിഴ്നാട്ടിൽ നിന്ന് വലിയ കലണ്ടർ പോലുള്ള ഷീറ്ററിറങ്ങും. അതിലെല്ലാം പത്തിരുനൂറ് കുഞ്ഞു കുഞ്ഞുകടലാസു പൊതികൾ ഒട്ടിച്ചു വച്ചിരിക്കും. അത് വലിച്ചെടുത്ത് തുറന്ന് നോക്കിയാൽ, പൂച്ചി അഥവാ ജോക്കർ അല്ല, ഒരു നമ്പറാണ് എഴുതിയിരിക്കുന്നതെങ്കിൽ, ആ നമ്പറിന് ഇത്ര പൈസ സമ്മാനമെന്ന്, അതേ കലണ്ടറിൽ തന്നെ എഴുതിവച്ചിരിക്കും. ഒരു പ്രൈസ് കീറാൻ, അഞ്ചു പൈസയാണെങ്കിൽ ഏറ്റവും വലിയ ഇനാം അഞ്ചു രൂപയായിരിക്കും. നൂറു രൂപ വരെയുള്ള ഇനാം ഉണ്ട്. ഒന്നിന് ഒരു രൂപ. നമ്മൾ കുട്ടികളായതു കൊണ്ട് കുറഞ്ഞതേ എടുക്കൂ. ഒരെണ്ണം വിറ്റാൽ പ്രൈസ് മണിക്ക് തുല്യമായ തുക ലാഭംകിട്ടും. അതായത് അഞ്ചു രൂപ. അത്ര മാത്രം പൂച്ചികളാണ്, പ്രൈസിനേക്കാൾ കൂടുതൽ.

ഞാൻ കാവല്പുര എന്ന സ്ഥലത്തു പോയി, രണ്ട് രൂപയ്ക്ക് പ്രൈസ് ഷീറ്റുംവാങ്ങിച്ച് വരികയാണ്. ചുരുട്ടിപ്പിടിച്ചിരിക്കുകയല്ല. നിവർത്തിത്തന്നെ പിടിച്ചിരിക്കുകയാണ്. വഴിയിലേ കച്ചവടം നടന്നു കൂടായ്കയില്ല. മാത്രമല്ല, അവിടം മുസ്ലിം ഏരിയയാണ്. ഞങ്ങളുടെ കുടുംബപ്പേരു പറഞ്ഞാൽ എല്ലാർക്കുമറിയും. ഞാനീ പണി ചെയ്തുകൂടാത്തതാണ്. പക്ഷേ, ഒരു പൊടിപ്പയ്യനെ, എന്നെ ആരും തിരിച്ചറിയില്ലെന്ന ധൈര്യമുണ്ട്. അതു കൊണ്ട് ഒട്ടും പരിചയമില്ലാത്ത സ്ഥലത്തു ചെല്ലുമ്പോൾ പ്രൈസേ, പ്രൈസേ എന്ന് ഉറക്കെ വിളിക്കുന്നുണ്ട്. മറ്റേ കൈയിൽ നല്ല വീതിയുള്ള ഓലക്കാൽ ഞാൻ രണ്ടെണ്ണം ചുരുട്ടി വച്ചിട്ടുണ്ട്. വെള്ളം കയറുമ്പോ, കായൽ കൊഞ്ച് ഞങ്ങളുടെ വയലിലേക്ക് കേറും. മറ്റു മീനൊക്കെ ഇറങ്ങി, വെള്ളത്തിലെ തണുപ്പൊന്ന് നോർമ്മലാകുമ്പോഴാണ്, മുട്ടയിടാൻ കൊഞ്ചു കയറുന്നത്. അച്ഛനെപ്പോലെ മീൻ വെട്ടാൻ അറിഞ്ഞൂടെങ്കിലും വിദഗ്ദ്ധമായി ഞാൻ ഓലക്കാൽകൊണ്ട് കൊഞ്ചിനെ പിടിക്കും. അതിന്റെ ചുറ്റും ഓലക്കാൽ വിരിച്ച്, ഒരു കൈ കൊണ്ട് കൂട്ടിപ്പിടിക്കുമ്പോൾ കൊഞ്ച് ഒന്ന് അങ്കലാപ്പിൽ പെടും. എടുത്തു പൊന്തി പടേന്ന് പോകാൻ അതിന് പറ്റില്ല. ശ്രമിക്കുമ്പോഴേക്കും നമ്മളതിന്റെ മുൻകാലിൽ പിടികൂടി, കരയിൽ തെങ്ങിന്റെ ചോട്ടിലിടും. ഈ വിദ്യ ചിറയിൽ വയലിൽ താമസിക്കുന്ന ഒരു കൂട്ടുകാരന് പറഞ്ഞു കൊടുത്തു. അവനത് അവിടെ ഇറക്കി വിജയിപ്പിച്ചു. എന്നിട്ടു എന്നോടു വന്നുപറഞ്ഞു. അവിടെ കായലിൽ നിന്ന് ചള്ളയാണ് കയറുന്നത്. വാലിന്റടുത്ത് ബ്യൂട്ടിക്കുത്തുള്ള കരിമീനിന്റെ ഒരു മിനിയേച്ചറാണ് ചള്ള. വറുക്കാൻ ഉഗ്രനാണ്. അതിനെയും ഓലക്കാലിൽ പിടിക്കാം.

അങ്ങനെ പ്രൈസും ഓലക്കാലും കൊണ്ട് ഞാൻ ചിറയിൽവയലി

നടുത്ത് ചെല്ലുമ്പോൾ രണ്ടു മൂന്ന് പേർ അവിടിരുന്ന് ചൂണ്ടയിടുന്നു. ഇത്തിരി മുതിർന്ന പിള്ളേരാണ്. ഞാൻ നേരത്തെ കണ്ട പയ്യന്റെ ഇക്കയും അതിലുണ്ട്. ഇവന്റെ ഇക്കയാണെന്ന് എനിക്കറിഞ്ഞൂടാ. ഞാൻ വിളിച്ചു: "പ്രൈസേ, പ്രൈസേ.."

ചള്ള കിട്ടുന്നതിന് മുമ്പ് രണ്ടു കച്ചോടം നടക്കുമല്ലോയെന്ന് കരുതി.

അവന്റെ ചേട്ടൻ ചോദിച്ചു: "ഒരു പ്രൈസിനെത്രാ.."

"അഞ്ചു പൈസ."

"പക്ഷേ, ഞങ്ങള് നോക്കിയെടുക്കും."

ഞാൻ പറഞ്ഞു: "ഓ.. പക്ഷേ, പൈസ മുന്നേറ് തരണം.."

"അതിനും സമ്മതം."

നാലണ അഥവാ ഇരുപത്തിയഞ്ചു പൈസയെടുത്തു തന്നു. അഞ്ച് പ്രൈസ് കീറാം.

എന്നിട്ടാ പയ്യൻ ഉച്ച സൂര്യന്റെ നേർക്ക് പ്രൈസ് കലണ്ടർ പിടിച്ചു. പിന്നിൽ നിന്ന മുതലാളിയായ, എനിക്കൊന്നും കാണാൻ വയ്യെങ്കിലും അവന്മാർക്ക് പറ്റുമായിരുന്നു. പൂച്ചിയാണോ നമ്പറാണോയെന്ന് സൂര്യന്റെ വെട്ടത്തിൽ തെളിഞ്ഞു വരും. സകല നമ്പറും അവന്മാർ കീറിയെടുത്തു. ഞാൻ അന്തംവിട്ടു. പത്തു പൂച്ചിക്ക് ഒരു നമ്പറാ സാധാരണ. അഞ്ചു രൂപയുടെ ബംപർ പെട്ടെന്നൊന്നും ഒരുത്തനും അടിക്കില്ലെന്ന് ഉറപ്പാണ്. എന്റെ കൈയിൽ കഷ്ടിച്ച് അൻപതു പൈസ കാണും. അഞ്ചാറു ചെറിയ പ്രൈസ് അടിച്ചപ്പോ തന്നെ ആ കാശു തീർന്നു. എങ്കിലും ബുദ്ധിക്ക് ഞാൻ പറഞ്ഞു. നിങ്ങളെടുത്തോ. ഒടുക്കം തരാം. ഇവന്മാർ ഇനിയെടുക്കുന്നതെല്ലാം പൂച്ചിയാകുമെന്നാണ് ഞാൻ വിചാരിച്ചത്. വെട്ടത്തിൽ നോക്കിയുള്ള കളി എനിക്കറിഞ്ഞൂട. പക്ഷേ, എല്ലാം നമ്പർ. ഞാൻ തളർന്നു. കരച്ചിൽ വന്നു. അപ്പോൾ അവന്മാരുടെ ഒരു അട്ടഹാസം. അടിച്ചു. അഞ്ചു രൂപ ബംപർ അടിച്ചു. ആ അട്ടഹാസം തീരുന്നത്, എന്റെ കരച്ചിലോടെയാണ്.

അവൻ ചോദിച്ചു: "എന്തെടാ കരയുന്നത്."

ഞാൻ ഉറക്കെ കരഞ്ഞോണ്ടു പറഞ്ഞു: "കാക്കാപ്പിള്ളേരെല്ലാം കൂടിയെന്നെ പറ്റിച്ചേ..."

പിന്നെയും നിന്ന് കരയുകയാണ്.

പ്രൈസ് ഷീറ്റ് ചുരുട്ടിക്കൂട്ടി തന്നിട്ട് അവന്മാര് പറഞ്ഞു:

"പോ. ഓടടാ, സ്ഥലംവിട്."

ഞാൻ കിട്ടിയ പ്രൈസുമായി ഓടി. പക്ഷേ, ആ പ്രൈസ്കലണ്ടർ കച്ചവടം വൻലാഭമായിരുന്നു. മെഗാ പ്രൈസും, നമ്പരുമെല്ലാം കീറിപ്പോയില്ലേ.. ഇനി വാങ്ങിക്കുന്നവനെല്ലാം പൂച്ചി.

ദൈവത്തിന്റെ മരണത്തിന് പോയിട്ടു വന്നിട്ട്, അവനും കാക്കയും കൂടിയെന്റെ കടയിൽ വന്നു. അവന്റെ ഇക്ക, മിഠായി ഭരണിയെടുത്തു. ഇനിയെന്ത് വിദ്യയായിരിക്കും അവൻ നടത്താൻ പോകുന്നതെന്ന അപകടമോർത്ത് ജാഗ്രതയിൽ ഞാൻ നിന്നു. രണ്ടു അഞ്ചു പൈസയുടെ

മിഠായിയെടുത്തു. രണ്ടു രൂപ വച്ചു. ഞാൻ ബാക്കിയെന്ന് പറഞ്ഞിട്ട് കേട്ടില്ല.

പഴേ പറ്റിലിരിക്കട്ടെ എന്നു പറഞ്ഞു. ഏത് പറ്റ്. ആ പ്രൈസിൻ്റേതായിരിക്കും.

അന്ന് ചിറവയലിൽ സന്ദർശിക്കാൻ പോയപ്പോൾ ഒരു രഹസ്യം മനസ്സിലായി. അവിടെ ഞങ്ങളുടെ തോട്ടിലുള്ളതിനേക്കാൾ വലിയ വരാലാണ്. പക്ഷേ, നമ്മൾ ചൂണ്ടയിട്ടാൽ ചെറുതാണ് കിട്ടുന്നത്. രഹസ്യമുണ്ട്. നമ്മൾ തീറ്റയായിട്ട് ഇടുന്നത് മണ്ണിരയാണ്. അതിന്റെ വായിലൂടെ ചൂണ്ട കയറ്റി, ചൂണ്ട മറയ്ക്കും. മറു തുമ്പ് മരണവെപ്രാളത്തിൽ പിടയ്ക്കും. അപ്പോ മീൻ വന്ന് കൊത്തും. പക്ഷേ, അവന്മാർ ചെറിയ തവളക്കുഞ്ഞിനെയാണ് കോർക്കുന്നത്. തവളക്കുഞ്ഞുങ്ങളെ കൊരുത്തങ്ങ് ഇട്ടാൽ, ചെറുതല്ല വലിയ വരാൽ വരും. ഒറ്റ കപ്പ്. ഒരു വലി. കരയിൽ കിടന്ന് പിടയ്ക്കും. പക്ഷേ, മണ്ണിരയെ പോലല്ല, തവളക്കുഞ്ഞിനെ കൊരുക്കുമ്പോഴുള്ള പിടച്ചിൽ. അത് നീണ്ട കാലിട്ടടിക്കും. എനിക്കത് പറ്റില്ലെന്ന് ആദ്യമേ ബോദ്ധ്യമായി. പക്ഷേ, പിന്നീട് തിരുവനന്തപുരത്ത് വെള്ളായണിക്കായലിൽ, തവളക്കുഞ്ഞിനെ വച്ച് വരാലിനെ പിടിക്കുന്നത് കണ്ടപ്പോഴാണ്, ഞങ്ങളുടെ വയലിലെ വരാലൊന്നും ഒന്നുമല്ലെന്ന് മനസ്സിലായത്. ഞങ്ങളുടെ വയലൊക്കെ, മീനുകളുടെ വെറുമൊരു നഴ്സറി മാത്രമായിരുന്നു. വല്ലപ്പോഴും വന്ന് മുട്ടയിടാൻ, അല്പം വലിയ മീനുകൾ വന്നു മടങ്ങുക മാത്രമാണ് പതിവ്. വെള്ളായണിക്കായൽ, ഒരു പാട് നികത്തിയെങ്കിലും, പാടം തരിശായി കിടക്കുകയാണെങ്കിലും, അവിടെ ജൈവവ്യവസ്ഥയ്ക്ക് കാര്യമായ കോട്ടം തട്ടിയിട്ടില്ല. താമരക്കൃഷിയൊക്കെ ഉള്ളതിനാൽ നല്ല വേരും തണലുമൊക്കെ ഉണ്ട്. വാലിട്ടടിച്ച്, വയലു മുഴുവൻ വിറപ്പിച്ചു കൊണ്ട് കുരുങ്ങുന്ന വരാലിന്, ഒരു കുട്ടിയുടെ കൈയേക്കാൾ നീളവും വണ്ണവുമുണ്ട്. അന്നാണ് മനസ്സിലായത്, തവളക്കുഞ്ഞുങ്ങളാണ് അവയുടെ ഇഷ്ട ആഹാരം. അവയ്ക്കെന്നല്ല, പക്ഷികളുൾപ്പെടെ പല വിധ ജീവജാലങ്ങൾക്കും. വയലുകളിലെ ജൈവപ്രക്രിയയുടെ ഏറ്റവും നാഡീഞരമ്പ് തവളകളാണ്. തവള നശിച്ചാൽ, വയലേ നശിക്കും. അനുഭവം അങ്ങനാണ്.

പണ്ട് പെട്രോമാക്സുംകൊണ്ട് തവള പിടിയന്മാർ ഇറങ്ങുന്ന കാലത്തുപോലും ഒറ്റയെണ്ണത്തിനെ അച്ഛൻ ഞങ്ങളുടെ വയലിൽ കേറ്റിയിട്ടില്ല. ചാക്കും പിടിച്ച് വരുന്നവർ ചിലപ്പോ പരിചയക്കാരായിരിക്കും.

അച്ഛൻ പറയും: "ഇവിടെ പറ്റില്ല."

ഉടക്കാവും. അവന്മാർ ചോദിക്കും: "എല്ലാം ഇയാടെ വയലാന്നോ.. ബാക്കി നാട്ടുകാരുടേതല്ലേ."

"നീയൊക്കെ ആ ചിറയവയലിലോ മറ്റോ പോ.."

"അവിടെ ചൊറിയനേയുള്ളൂ. പച്ചവരയൻ ഇവിടാ.."

കൂടെ ഉള്ള അപരിചിതനായ ചെറുപ്പക്കാരൻ പറഞ്ഞു.

"അണ്ണാ ഇത് കേറ്റുമതിക്കല്ല. എസ് എൻ കോളജിലെ പിള്ളേർക്ക്

പഠിക്കാനാ.”

അച്ഛൻ പൂർത്തിയാക്കാൻ സമ്മതിച്ചില്ല.

“ഇയാള് കാരിക്കുഴി വലിയ വയലീ പോ.. അവിടെ ഇഷ്ടം പോലുണ്ട്. ഇവിടെ പറ്റത്തില്ല.”

മാക്രിയെ സംരക്ഷിക്കുന്നതു കൊണ്ടാണോ, അച്ഛന് ഇരട്ടപ്പേര് വീണു: മാക്രി. ഞാൻ പോകുമ്പോഴും ചിലർ വിളിക്കുമായിരുന്നു: ക്രോം ക്രോം. വലിയ കാലും കൈയുമൊക്കെയായി, ചാടാനായി കുതിക്കുമ്പോ, എഴുന്നേറ്റു നില്ക്കുന്ന ഒരു പരന്ന വായുള്ള മനുഷ്യനെ പോലെയാണ് എനിക്കന്ന് പച്ചവരയൻ മാക്രികളെ തോന്നിയിട്ടുള്ളത്. രാത്രിയിലൊക്കെ നമ്മളെ കണ്ടാലും മാറാത്ത ഒരു തരം സ്നേഹം.

വിധിവിഹിതം പോലെ, അതേ തവളകളെ കീറിമുറിക്കാനായി ഞാൻ എസ് എൻ കോളജിലേക്ക് ആനയിക്കപ്പെട്ടു.

എസ് എൻ കോളജിലെ ലാബിൽ ആഴമുള്ള വാട്ടർ ടാങ്കിൽ നിന്ന്, ലാബിലെ അണ്ണൻ തവളകളെ എടുക്കുമ്പോ, ഒരെണ്ണം തെന്നി പുറത്തേക്ക് ചാടി. ബാക്കി കുട്ടികളൊക്കെ അലറി മാറി. ഞാൻ കൂളായി അതിന്റെ പള്ളയിൽ പിടിച്ച് എടുത്തു കൊടുത്തു. വഴുവഴുപ്പ് ഉടുപ്പിൽ തുടച്ചു. അത്രയേയുള്ളൂ.

പിന്നതിനെ ഫോമാലിൻ ദ്രാവകത്തിലൊക്കെ ഇട്ട് ബോധം കെടുത്തി, കൊണ്ടു തന്നു. മലർത്തി കിടത്തി. മൊട്ടുസൂചിയടിച്ചു.

പ്രാക്ടിക്കൽ പരീക്ഷ വന്നു. അന്ന് ലാബിലെ അണ്ണന് സഹായിയായി, അയാളെ കണ്ടു. അന്ന് രാത്രി ഞങ്ങളുടെ വീട്ടിൽ തവളയെ പിടിക്കാൻ വന്ന് അച്ഛനുമായി പ്രശ്നമായ സ്പെസിമൻ കളക്ടർ.

പരീക്ഷ തുടങ്ങി. തവളയുടെ നെഞ്ചു കീറിയപ്പോഴേ, ഞാൻ പകുതി ചത്തു. പറ്റുന്നില്ല. ഞാൻ കണ്ണടച്ചു പിടിച്ച് എന്തൊക്കെയോ ചെയ്തു. ഏതൊക്കെയോ ഞരമ്പുകൾ കട്ടായി പോയി. അതിന്റെ നെഞ്ചിനകം ഇപ്പോൾ ഒരു പാത്രം പോലെയാവുകയും അതിൽ ചോര വന്ന് നിറയുകയും ചെയ്തു. പരാജയപ്പെട്ട്, നിലവിളിക്കുന്ന മനസ്സുമായി ഞാൻ പുറത്തിറങ്ങി നിന്നു.

മാർക്കിടാൻ കോളജിന് പുറത്തു നിന്നുള്ള അദ്ധ്യാപകനാണ് വരുന്നത്. ഞാൻ വരാന്തയിൽ നില്ക്കുകയാണ്. ബസിൽ എനിക്കൊപ്പം വരുന്ന, ഒരു നേതാവിനെ കണ്ടു: “എന്തെടാ..”

ഒന്നൂല്ല പ്രാക്ടിക്കലായിരുന്നു. “കുളമായിപ്പോയി.”

അവൻപറഞ്ഞു. “അത്രേ ഉള്ളോ. നന്നായി ചെയ്തൊരുത്തന്റെ ട്രേ എടുത്ത് നിന്റെ മേശപ്പുറത്ത് വച്ചാ പോരേ.. ലാബണ്ണൻ നമ്മുടെ ആളല്ലേ. നീ വാ..”

ഞാൻ പറഞ്ഞു: “വേണ്ട.”

ഞാൻ അവിടെ തന്നെ നിന്നു. പ്രാക്ടിക്കൽ നോക്കാൻ പുറത്തു നിന്നുള്ള സാർ വരുന്നു. വന്ന്, ഓരോ പ്രാക്ടിക്കൽ ടേബിളിന് മുന്നിൽ നില്ക്കുകയും നെഞ്ചത്ത് അമർത്തി വച്ച പുസ്തകത്തിൽ റജിസ്റ്റർ

നമ്പറെഴുതി മാർക്കിടുകയുമാണ്. എന്റെ മേശപ്പുറത്തു വന്നു. നിന്നു. ഇതെന്താണെന്ന മട്ടിൽ വല്ലാത്തൊരു നോട്ടമായിരുന്നു അത്. വശത്തു നിന്ന് എനിക്ക് കാണാം. ഞാനാകെ തകർന്നു പോയി.

പിന്നീട്, ഒരു കഥ കൊണ്ടു വന്ന്, ഒരു സ്നേഹിതൻ തിരക്കഥയെഴുതണമെന്ന് ആവശ്യമുണ്ടായപ്പോ, ഞാൻ നായകനെ ഒരു സ്പെസിമൻ കളക്ടറാക്കാനുള്ള സ്വാതന്ത്ര്യമെടുത്തു. അഭ്യസ്തവിദ്യനായ ഒരു തവള പിടിത്തക്കാരനാണ് നായകൻ. പുള്ളിയുടെ എതിരാളിയായ ഒരു മനുഷ്യൻ തവളകളെ ഡിസക്ടു ചെയ്യാനുള്ള ഒരു സോഫ്ട് വെയർ കണ്ടുപിടിക്കുന്നു. തിരുവനന്തപുരത്തെ എന്റെയൊരു സുഹൃത്ത്, സത്യത്തിൽ അപ്പോഴങ്ങനെയൊന്ന് ഉണ്ടാക്കിയിരുന്നു. അതാണ് സിനിമയ്ക്ക് ഉപയോഗിച്ചത്. അവന് അത് നിത്യജീവിതത്തിൽ ഗുണകരമായില്ല. പക്ഷേ, ആ പ്രാക്ടിക്കൽ ടേബിളിനോടുള്ള എന്റെ വൈരാഗ്യം തീർക്കാൻ ഉതകി. തവളയെ കത്രികവയ്ക്കുന്നത് ഇപ്പോഴില്ല. ഭാഗ്യം.

5

മുരൾമീൻ

അച്ഛനൊരു ദിവസം ഒരു കുപ്പിയിലെന്തോ സാധനവുമായി വന്നു. വയലിലൊരു പട്ടി പുഴുത്തുകിടക്കുന്ന കാലം. അതിനെ കൊല്ലാനുള്ള വിഷമായിരിക്കുമെന്ന് കരുതി ഞാൻ പേടിച്ചു. ഒന്നു രണ്ടു ദിവസം, മൂക്കു പൊത്തി ചെന്ന് ഞാനാ പട്ടിക്ക് ചോറ് കൊടുത്തിട്ടുണ്ട്. എല്ലും തോലുമായിരുന്നു പട്ടി. ഞാൻ ഓടി മാറുന്നതിന് മുമ്പേ അതു എഴുന്നേറ്റ് വന്ന് കഴിച്ചു. കസ്തൂരിമഞ്ഞളിന്റെ ഇലകൾ വിരിച്ച് അതിന് മീതെയാണ് ചോറും മീനും കുഴച്ചു വച്ചത്. അത് ആർത്തിയോടെ നക്കിത്തുടച്ചു. ഇലകൾ വേറിട്ടു. മണ്ണിൽ കിടക്കുന്ന വറ്റ് പോലും എടുത്തു കഴിച്ചു. ഇടയ്ക്ക് തലയിലെ വ്രണത്തിൽ നിന്ന് ഒലിച്ചിറങ്ങുന്ന നീര് വലത്തേ കൈ ഉയർത്തി വടിച്ച് തുടച്ചു കളഞ്ഞു. ഇടയ്ക്ക് വേദനയിലും ആഹാരം കിട്ടിയ ആശ്വാസത്തിലും ഞരങ്ങി.

അതിനെ കൊല്ലാനാണ് അച്ഛൻ കൈയിലെ വിഷവുമായി പോകുന്നത്. എന്റെ നെഞ്ച് പടപടാ ഇടിച്ചു. ആ ജന്തു ദയനീയമായി അച്ഛന്റെ കണ്ണിലേക്ക് നോക്കി. എഴുന്നേറ്റ് ഓടാനുള്ള ആവത് അതിനില്ല.

വയലിന് മതിലില്ല. ഇവിടെ വന്നു പെടുന്ന ഒരു ജീവിക്കും പേടിയില്ല. എവിടേക്കും ഓടി രക്ഷപെടാം. അങ്ങ് കായലും കടലും വരെ ജലബന്ധമുള്ളതിനാൽ വെള്ളത്തിലെ ജീവികൾക്കും പേടിയില്ല.

ചെറു വരമ്പുകൾ മാത്രമാണ് വയലിൽ കൃത്രിമമമായ അതിരുകൾ. പിൽക്കാലത്ത് നികത്തി പുരയിടമാക്കുമ്പോൾ, മൂന്നു ചുവട് വഴികളായി രൂപാന്തരപ്പെട്ടത് ഈ വരമ്പുകളാണ്. വെള്ളമൊലിച്ചു പോകാൻ കൃത്രിമമായുണ്ടാക്കിയ കൈവഴികളും തോടുമായിരുന്നു വയലിന്റെ അതിരുകൾ. വെള്ളം ഒരിടത്തും കെട്ടിനിന്നു കൂടാ. പശുവിന്റെ പാല് അകിട്ടിൽ

കെട്ടിനില്ക്കുന്നതു പോലെ ഭൂമിക്ക് കഴയ്ക്കും. ഉപമ എന്റേതല്ല. വെള്ളത്തിൽ തൂമ്പാപ്പണിയെടുക്കാൻ വന്ന ഒരു ജോലിക്കാരന്റേതായിരുന്നു. ഒലിച്ചിറങ്ങുന്ന വെള്ളം വഴി തെളിച്ചു കൊടുക്കണം. കാരണം പിന്നാലെ പിന്നെയും വെള്ളം വരാനിരിക്കുന്നു. തടസ്സപ്പെട്ടു കൂടാ. ജലത്തിന്റെ കൈവഴികളിൽ വന്നടിയുന്ന തരിമണ്ണ് മാറ്റിക്കൊടുക്കണം. അതെന്ന് നിർത്തുന്നോ, വയൽ നികന്നു തുടങ്ങും.

മതിലില്ലാത്തതു കൊണ്ട് വയലുകളിലേക്കും, അവിടെ താമസിക്കുന്ന ഞങ്ങളുടെ പരിസരത്തേക്കും ക്ഷണിക്കപ്പെടാത്ത അതിഥികൾ കണ്ടമാനം വരും. ഉൾക്കൊണ്ടേ പറ്റൂ. ഞാൻ, എന്റെ ഭാര്യ, മക്കൾ, ഞാൻ പറയുന്നവർ അല്ലാതെ ആരും എന്റെ മതിൽകെട്ടിനകത്തേക്ക് വരണ്ട എന്ന സങ്കല്പമായിരുന്നില്ല അത്. വീടിനകത്തേക്ക് ക്ഷണിക്കപ്പെടാതെ വരുന്ന പാറ്റ, പഴുതാര, തേൾ, ചിലന്തി, ചിതൽ, ഉറുമ്പ്, ഒച്ച്, വണ്ട് തുടങ്ങിയ സകല വിധ കീടങ്ങളെയും കൊല്ലാൻ, കൊടുംവിഷത്തിൽ പെർഫ്യൂം ചേർത്തു മാർക്കറ്റിൽ വച്ചിരിക്കുന്ന വില കൂടിയ ബോട്ടിലുകൾ ഇല്ലാത്ത വീടില്ലാതായി. നഗരത്തിലൊക്കെ ജനാലകൾ അടച്ചിട്ടു ശീലമായതിനാൽ ആ വിഷം നമ്മളെ കറങ്ങി നില്ക്കുന്നു. സത്യത്തിൽ പ്രാണികൾക്ക് വീട്ടിലേക്ക് വന്നു കയറാൻ കൃത്യമായ പാതയുണ്ട്. തിരിച്ചു പോകാനും. അത് ആഹാരസമ്പാദനം കഴിഞ്ഞ് തിരികെ പോകും. കിടക്കുമ്പോ ബാത്ത്റൂമിന്റെയെങ്കിലും ജനാല തുറന്നിട്ടാൽ മതി. എല്ലാം അടയുമ്പോഴാണ് അവ വീടിനുള്ളിൽ കുടുങ്ങിപ്പോകുന്നത്. ഉറുമ്പിനെ പോലും കൊല്ലേണ്ട. തറ തുരക്കുകയാണെങ്കിൽ കൂട്ടിൽ അല്പം മഞ്ഞളിട്ടാൽ ഉടൻ സ്ഥലംവിടും. വീടും വയലു പോലെ ഒരു ജൈവവ്യവസ്ഥയാണ്. കെട്ടിടം വീടാവില്ല. വെള്ളമുണ്ടെന്ന് കരുതിയ വയലും.

വയലെന്ന് പറയുന്നത് ഒരു ജീവനാഡിയാണ്. ജലം കൊണ്ടു സഞ്ചരിക്കുന്ന ഒന്ന്. ദേഹത്തെ രക്തക്കുഴലുകളിൽ ഒരിടത്ത് മണ്ണിട്ട് നനവ് ചോർത്തിക്കളയുമ്പോൾ തന്നെ, ആ പ്രവാഹം തടസ്സപ്പെടുന്നു. തീരുന്നു, അതിന്റെ കാര്യം. വയലിനരികിലൂടെ ഒരു തോട് ഒഴുകണം. നിരന്തരം. അതിന് വലിയ തോടോ പുഴയോ വഴി കായലും കടലുമായി ബന്ധം വേണം. മൂന്നടി-നാലടി വീതിയുള്ള ഞങ്ങളുടെ തോട്ടിൽ നിന്ന് മുന്നൂറ് മീറ്റർ കഴിയുമ്പോൾ, ആറടി വീതിയുള്ള കരിവേലിത്തോട്ടിലേക്കും, ഇരട്ടി വലിപ്പമുള്ള വലിയ തോട്ടിലേക്കും, അവിടുന്ന് പാർവതി പുത്തനാറിന്റെയും തിരുവനന്തപുരത്തേക്കുള്ള ജലപാതയുടെയും ഭാഗമായ കൊല്ലം തോട്ടിലേക്കും മാറും. അതുചെന്ന് നില്ക്കുന്നത് പരവൂർക്കായലിന്റെ വായിലേക്കാണ്. തൊട്ടപ്പുറം അറബിക്കടൽ. കുറുകെ പരമാവധി ഒരു ഒന്ന് ഒന്നര കിലോമീറ്റർ ദൂരം. ജലസാന്നിദ്ധ്യമുള്ള ഇടങ്ങളിലേക്ക് പല ജന്തുക്കളും വരും. നശിച്ചുപോയെന്ന് കരുതുന്ന ചില ജന്തുക്കൾ ജീവനിട്ടുണർന്നതു അവയുടെ പരിസരത്ത് നമുക്ക് കാണാം.

ഒരു ദിവസം നട്ടപ്പുലർച്ചെ. വെട്ടം വീണു തുടങ്ങിയിരുന്നില്ല. കോഴികളെ തുറന്നു വിടാനായിട്ട് ഞാൻ ചെല്ലുകയായിരുന്നു. രണ്ടു തെ

ങ്ങിലായി, കമ്പികൾ വലിച്ചു കെട്ടി, അതിനിടയിലാണ് കോഴിക്കൂട് കിടക്കുന്നത്. കീരിയും പട്ടിയും മാത്രമല്ല, വലിയ പാമ്പുകൾ വരെ വിശന്നാൽ കോഴിയെ കൊല്ലും. അന്ന് ചെന്നപ്പോൾ കോഴിക്കൂടിന് പുറത്തൊരു ചീറ്റൽ. നോക്കിയപ്പോൾ പുലി. അപ്രതീക്ഷിതമായിരുന്നു. ചോര വറ്റിപ്പോയി. ആരും ഉണർന്നിട്ടു പോലുമില്ല. അത് കോഴിയെ തിന്നാനായി, എങ്ങനെയോ തെങ്ങിൽ കയറി, കമ്പിയിലൂടെ മുകളിലെത്തിയതാണ്. കോഴിക്കൂട് ഈ ജന്തു അനങ്ങിയാൽ ഊഞ്ഞാൽ പോലെ തെക്കുവടക്ക് ആടും. അങ്ങനെ പേടിച്ചിരുന്നു പോയതാണ്. ഞാൻ തിരിഞ്ഞോടാൻ ശ്രമിക്കുന്നതിന് മുമ്പ് അത് എങ്ങനെയോ താഴേക്ക് എടുത്തു ചാടി അപ്രത്യക്ഷമായി. എനിക്ക് പുലിയെ കണ്ടെന്ന് പറയാൻ തന്നെ നാണക്കേട് തോന്നി. എന്തോ ജീവിയെന്ന് പറഞ്ഞു. മരപ്പട്ടിയായിരിക്കുമെന്ന് അച്ഛൻ പറഞ്ഞു. രാത്രി തിളങ്ങുന്ന കണ്ണും നിലാവിൽ തിളങ്ങുന്ന രോമവുമായി കുണുങ്ങി നടക്കുന്ന മരപ്പട്ടിയെ എനിക്കറിയരുതോ?

ആ ചിന്ത തന്നെ അപ്രത്യക്ഷമായി. ഒന്നുരണ്ടു വർഷങ്ങൾ കഴിഞ്ഞ്, ഒരു ദിവസം രാവിലെ ഒരു വാർത്ത. ഒരു വീട്ടിൽ പുലിപോലുള്ള ജീവിയെ കിട്ടി. ജനം അങ്ങോട്ടോടി തുടങ്ങി. നോക്കിയപ്പോൾ കോഴിക്കൂടിനകത്ത് ആ ജന്തു. നിലത്തു വച്ചിരിക്കുന്ന കൂട്ടിനകത്ത്, മൂന്നാല് കോഴികളെ കൊന്നിട്ടിരിക്കുന്നു. ഉടമസ്ഥൻ വന്ന് വാതിൽ അടച്ചതോടെ കുടുങ്ങിപ്പോയതാണ്. ഞാൻ വാതിലിനടുത്തേക്ക് ചെന്നപ്പോൾ, അതേ അലർച്ച. പണ്ട് എന്റെ മുഖത്ത്നോക്കി കാണിച്ച അതേ രൗദ്രം. എന്റെ പരിചയക്കാരൻ. രഹസ്യമായി ഓർമ്മയുണ്ടോയെന്ന് അത് ചോദിച്ചു. ജനം പല കഥകൾ പറഞ്ഞു. ഇതിന്റെ ഇണയുണ്ട്. കുട്ടികളുണ്ട്. കാവിനകത്ത് അതിനെ കണ്ടിട്ടുണ്ടായിരുന്നുവെന്ന് അവകാശപ്പെട്ട പലരുമുണ്ടായി.

ശരിയാണ്, ഞാൻ താമസിക്കുന്ന വയൽ തീർന്ന്, ചെമ്മണ്ണിട്ട ഒരു പാതയ്ക്കപ്പുറമാണ് വലിയ കാട്ടുപൂച്ച ഇനത്തിലെ ആ ജന്തു ഒളിച്ചിരിക്കുന്നത്. അത് കൊല്ലം ജില്ലയിൽ തന്നെ ഏറ്റവും വലിപ്പമുള്ള കാവുകളിലൊന്നാണ്. നാലഞ്ച് ഏക്കർ കുറഞ്ഞത് കാണും. അച്ഛന്റെ അമ്മയുടെ കുടുംബവകയാണ്. പെൺമക്കളുടെ മക്കൾക്കേ അവകാശമുള്ളൂ. അച്ഛനുണ്ട്. എനിക്കില്ല. എന്റെ അച്ഛമ്മയായിരുന്നു, എന്റെ കുട്ടിക്കാലത്ത് കാവ് നോക്കി നടത്തിയിരുന്നത്. തുറന്നു കിടക്കുന്ന ഭൂമിയായതിനാൽ ജനം തെക്കുവടക്ക് നടക്കുന്നുണ്ടായിരുന്നു. അതിനാൽ ഒരു ഭാഗം മുഴുവൻ പുല്ലു വളരാതായി. പിള്ളേർ കളി തുടങ്ങി. ഇങ്ങനെ പല സ്ഥലത്തു നിന്ന് മരുഭൂമികൾ ഉണ്ടായി. മെല്ലെ പലയിടവും പുതയുന്ന വെളുത്ത മണൽ മാത്രം. അത് കുഴിച്ചാൽ, പഞ്ചാര തോറ്റു പോകുന്ന തരിമണൽ കിട്ടും. നാട്ടുകാരൊക്കെ കിണർ കുഴിക്കുമ്പോ, പുതിയ വീട് വയ്ക്കുമ്പോ, ഭംഗിക്ക് വിതറാൻ ആ മണ്ണാണ് കുഴിച്ചെടുക്കുന്നത്. ചുരുക്കത്തിൽ കാവ്, കഷണ്ടി ആക്രമിക്കും പോലെ കാവ് മുട്ടൻ മരുഭൂമി

യാവുകയായിരുന്നു.

പടർന്നു നിറഞ്ഞു കിടക്കുന്ന വള്ളികളാണ് ഒരു കാവിൽ നിന്ന് ആദ്യം നശിക്കുന്നത്. അതോടെ സൂര്യപ്രകാശം മണ്ണിൽ വീഴും. ഭൂമി ചൂടായി മണ്ണ് തിളയ്ക്കും. ചെറിയ ചെടികൾ അപ്രത്യക്ഷമാകും. വേര് വെന്തു പോകും. കാവിൽ നിത്യപൂജ കഷ്ടിച്ച് നടക്കുന്നുണ്ടായിരുന്നു. വിളക്കു കത്തിച്ചു മടങ്ങുമ്പോൾ, എണ്ണ വീണ തിരികൾ ഗൗളിയും ചുണ്ടെലിയും ചെറുകിളിയുമൊക്കെ എടുത്തുപറക്കും. അത് കരിയിലയിൽ വീഴും. കാറ്റ് ഊതിക്കൊടുക്കും. തീ പടരും. കുറേ പ്രദേശങ്ങൾ അങ്ങനെ കത്തിപ്പോകും. തുറസ്സായ മണ്ണിൽ അച്ഛമ്മ മരച്ചീനി ഇട്ടു. നടുക്കുള്ള കുളത്തിൽ നിന്ന് വെള്ളം കോരണം.

നാട്ടിൽ ഒരു കള്ളന്റെ, സ്ഥിരം താവളം ഭൂമിയിൽ നിന്ന് ഒരുപാട് ഉയരമുള്ള. നൂറ്റാണ്ടു പഴക്കമുള്ള കാട്ടുവള്ളികൾ ചേർന്നുണ്ടായ, മെത്തയിലായിരുന്നു. പൊലീസുകാർ ഒരിക്കൽ കാവിനുള്ളിൽ വന്നതോർക്കുന്നു. ആരോ ഒറ്റിയതാണ്. ഇവിടെങ്ങും ആരുമില്ലെന്ന് അച്ഛമ്മ പൊലീസിനോട് പറഞ്ഞു നോക്കി. അവർ പല തവണ അവനെ അന്വേഷിച്ച് കാവിൽ വന്നിട്ട് കിട്ടിയിട്ടില്ല. ഇത്തവണ, പടർപ്പിനിടയിലൂടെ, അവന്റെ ചുവന്ന പുള്ളിയുള്ള ലുങ്കി തെളിഞ്ഞു. പൊലീസുകാർ പുച്ഛത്തോടെ ചിരിച്ചു. കള്ളൻ ചമ്മി പറഞ്ഞു: “സാറു പൊക്കോ, ഞാനങ്ങ് വരാം.” തിരിച്ചിറങ്ങി വന്നിട്ട് കള്ളൻ പറഞ്ഞു: “ഇനി ദേവിക്ക് എണ്ണയുമില്ല, ഒരു പുണ്ണാക്കുമില്ല. ആദ്യമായിട്ടാ എന്നെ ഇതീന്ന് കണ്ടുപിടിക്കുന്നത്.”

പടർപ്പെല്ലാം പോയി കാവ് വെന്തു തുടങ്ങിയിരുന്നു. ആ കാട്ടുപൂച്ചയെ പോലെ, പല ജീവികൾക്കും കള്ളനുമൊക്കെ പുറത്തു ചാടാതെ നിവൃത്തിയില്ലെന്നായി. കാവിന്റെ സ്വയംപര്യാപ്തത നഷ്ടപ്പെട്ടു പോയി. അവിടെ വന്നിരുന്ന കിളിയും ചെടിയും ചെറുജീവികളുമൊക്കെ കൂറു നഷ്ടപ്പെട്ടു വലിഞ്ഞു.

കുഞ്ഞിലേ, ഏതെങ്കിലുമൊരു മരത്തിന്റെ ഇലയിൽ പൂജാരി, അല്പം മാത്രം കട്ടിപ്പായസം ചട്ടുകം കൊണ്ട് തേച്ചു തരും. കൊതി തീരില്ല. അതുമായി കാവിലെ ഏതെങ്കിലും മരങ്ങൾക്കടുത്ത് പോയി നില്ക്കും. അപ്പോഴാണ് ഒരു കൂട്ടുകാരൻ, ആകാശത്തു നിന്ന് പമ്പരം പോലെ കറങ്ങിത്തിരിഞ്ഞ് വന്നു വീഴുന്ന കായുള്ള ഒരു മരത്തിലേക്ക് നോക്കി പറഞ്ഞത്. ആ മരത്തിൽ പിടിച്ചിരിക്കുന്നതാണ് സീതത്താലി. നോക്കിയപ്പോൾ, ആ മരത്തിൽ നിറയെ ഭംഗിയുള്ള ഇത്തിളുകൾ. കൃത്യമായി താലിയുടെ രൂപത്തിൽ, കുഞ്ഞ് വട്ടയിലയൊക്കെയായി. അന്ന് ഞങ്ങൾ പായസം തിന്നു നില്ക്കുമ്പോൾ വന്ന് വിശപ്പിന്റെ കിതപ്പുമായി, ദൂരെ വന്ന് ഇരുന്നു, ഒരു മഞ്ഞപ്പട്ടി. എന്റെ പരിചയക്കാരൻ, അവൻ നിവൃത്തികേടുള്ള ഒരു കുടിലിലാണ് താമസിക്കുന്നത്. എന്നെപ്പോലെ, നിവൃത്തിയുള്ളവന്റെ കുടിലിലില്ല. അവൻ കരിഞ്ചട്ട ഇലയിൽ അവന് കിട്ടിയ പായസത്തിന്റെ പാതി ഊതിത്തണുപ്പിച്ചിട്ട്, ആ പട്ടിയുടെ മുന്നിൽ വച്ചു. രണ്ടു നക്കിന് അത് പട്ടി തുടച്ചു വച്ചു. നിവൃത്തിയില്ലാത്ത ആ

ചെറുക്കൻ അങ്ങനെ ചെയ്തതിൽ എനിക്ക് അദ്ഭുതമായിരുന്നു. വിശപ്പ് അറിഞ്ഞവനേ, മറ്റുള്ളതിന്റെ വിശപ്പ് അറിയൂ. ചില മധുരപലഹാരത്തിന് വാശി പിടിക്കുമ്പോ, അച്ഛൻ പറഞ്ഞിട്ടുണ്ട്. രുചി അറിഞ്ഞാലാണ് ആർത്തി കൂടുന്നത്.

കാവിൽ നിന്ന് റോഡിലൂടെ, വളഞ്ഞാണ് ഞാൻ എന്റെ വീട്ടിൽ വരുന്നത്. പട്ടികൾക്ക് കൃത്യമായ പാതയില്ലാത്തതിനാൽ, രണ്ടു തോട് ചാടിയാൽ, കാവിൽ നിന്ന് ഞങ്ങളുടെ വയലിലെത്താം. അങ്ങനെ അന്നു കണ്ട മഞ്ഞപ്പട്ടിയാണ് ഇപ്പോ വയലിൽ പുഴുവരിച്ച് കിടക്കുന്നത്. ആ വേദനയിലും, ആ ഗതികെട്ട പയ്യന്റെ നന്മയെക്കുറിച്ച് ആലോചിച്ചുമാണ്, ഞാനാ പട്ടിക്ക് കുറച്ചു ചോറു കൊടുത്തത്. എനിക്ക് പാപം കിട്ടരുത്. എന്റെ കൺമുന്നിലാണ്, അത് പുഴുത്ത് ചാകാൻ പോകുന്നത്. ചാകുമ്പോൾ വിശപ്പെങ്കിലും ആറിയിരിക്കണം.

പട്ടിയുടെ, ചെവികളിലേതെങ്കിലും താഴേക്ക് വീണാൽ അപകടമാണ്. അത് മുകളിലേക്ക് കൂർത്ത് ജാഗ്രതയോടിരിക്കുന്ന അവയവമാണ്. ഘ്രാണശക്തിയും കേൾവിയുമാണ് പട്ടിയുടെ പ്രാണൻ. ആ പ്രാണനാണ് ഒടിഞ്ഞു വീണിരിക്കുന്നത്. അതിന്റെ ജീവിതം ഇനി അപകടത്തിലാണ്. ചെവി ചൊറിയുന്ന സ്വഭാവം പട്ടിക്ക് കൂടുതലാണ്. നഖം കൊണ്ട് പോറും. ആ മുറിവിൽ മണിയനീച്ചകൾ വന്നിരിക്കും. ജീവനുള്ള പുഴുവിനെ മൊട്ടയിടും. മുട്ടയിട്ട് അടുത്ത സെക്കൻഡിൽ അത് നുരച്ചു തുടങ്ങും. ജീവന്റെ അത്ഭുതം. ആ പുഴു അമേദ്യം തിന്നും. മാംസവും തിന്നും. മാംസം തിന്നുന്നവ, ജനിച്ച കുഞ്ഞിന്റെ ചെറുവിരലിന്റെ പകുതി വലിപ്പം വയ്ക്കും. അമേദ്യത്തിലിരിക്കുന്നവ, ഇടയ്ക്ക് മഴയില്ലെങ്കിൽ കാലചക്രം പൂർത്തിയാക്കാതെ വെയിലുണങ്ങി ചത്തു പോകും. മാംസത്തിലുള്ളത്, ജന്തുവിനെ തിന്ന് അതിനെ കൊന്ന്, മുറിവിൽ നിന്ന് ഒടുക്കം ഈച്ചയായി മൂളിപ്പറക്കും; ആത്മാക്കൾ പറന്നു പോകുന്നപോലെ. ജീവന്റെ മറ്റൊരു മഹാത്ഭുതം. ഒരു ജീവിയെ ഊറ്റി പല ജീവിതങ്ങൾ. ക്രൂരമാണ് ജീവന്റെ ഗതി.

ജന്തുവിന്റെ തലയിലും കഴുത്തിലും മുതുകിലുമല്ലാതെ വേറെവിടെ പുഴു കയറിയാലും നക്കിത്തുടയ്ക്കും. ഒരു പശുവിന്റെ മുതുകിൽ മണിയനീച്ച മുട്ടയിട്ട്, നട്ടെല്ലു വരെ തുളച്ചിറങ്ങി, മൃഗാശുപത്രിയിലെ കമ്പോണ്ടർ വന്ന്, കുഴിച്ച്, പുഴുക്കളെ പുറത്തിടുന്നത് കണ്ടിട്ടുണ്ട്. രക്ഷപെട്ടില്ല. അണുബാധ ഹൃദയത്തിലെത്തുമ്പോൾ ജന്തു മരിക്കും. അങ്ങനെയാണ് വലിയ വ്രണവും, ദുർഗ്ഗന്ധവുമായി, പട്ടികൾ ഞങ്ങളുടെ വയലിൽ വന്ന് കിടപ്പ് തുടങ്ങിയത്. വയലിലെ ചെളിയിലും നനഞ്ഞ മണ്ണിലും ചെവി പൂഴ്ത്തിക്കിടക്കും. രണ്ടുണ്ട് ഗുണം. തണുപ്പ് കാരണം, പുഴു നുരയ്ക്കുന്ന വേദനയും അസ്വസ്ഥതയും കുറയും. രണ്ട് ചെളിയിൽ ഔഷധമുണ്ട്. പുറത്തു നിന്ന് കാറ്റും ശ്വാസവും കിട്ടാതെ മുറിവിലെ പുഴുക്കൾ ബുദ്ധിമുട്ടും. ചിലപ്പോൾ രക്ഷപെടാനും മതി.

വിഷവുമായി അച്ഛനങ്ങോട്ട് ചെന്ന് ആ പട്ടിയുടെ കഴുത്തിന് പിന്നിൽ

ഞാന്നു കിടക്കുന്ന തൊലിയും രോമവുമെല്ലാം കൂട്ടിയൊരു പിടി. അച്ഛൻ വെള്ളത്തിൽ കിടക്കുന്ന മീൻ വെട്ടുന്നത് കണ്ടിട്ടുണ്ട്. കഴുത്ത് വേറെ കണ്ടിക്കണ്ട. അത്ര കണിശമാണ്. ഞാൻ പാതി കണ്ണടച്ചു. ക്രൂരനായ അച്ഛൻ. വിഷമെടുത്ത് അതിന്റെ മുറിവിലേക്ക് ഒഴിച്ചു. കരളലിയിപ്പിക്കുന്ന രീതിയിൽ പട്ടി ഞരങ്ങി. വേദന കൊണ്ട് എഴുന്നേറ്റോടി വട്ടംകറങ്ങി. പിന്നെ തല കുത്തി ഒരു സെക്കൻഡ് നിന്നു. മറിഞ്ഞടിച്ചിട്ടു വീണു. അനക്കമില്ല. ഞാൻ സ്തംഭിച്ചു നില്ക്കുകയാണ്. പക്ഷേ, അതാ അദ്ഭുതം പോലെ പട്ടി എഴുന്നേല്ക്കുന്നു. ശേഷം അത് തലയിട്ടൊരു കുടയൽ. അച്ഛൻ കോഴികളെ ബാ ബായെന്ന് വിളിക്കുന്നു. പത്തു മുപ്പതു കോഴിയുണ്ട് താറാവും. പല പരുവത്തിൽ. അവ ഓടിയും പറന്നും ഒച്ചവച്ചും അതാ വരുന്നു. എന്റെ അടുത്തു കൂടിയും ഒരു കോഴി പറന്നു; അത് ഭ്രാന്തൻ പീണിക്കോഴിയാണ്. അത് മാത്രം പറന്ന് അതിന്റെ തോന്നിയിടത്തേക്ക് പോയി. കോഴികൾ പറക്കുന്ന കാറ്റെന്റെ മുഖത്ത് ബാക്കി നില്ക്കുന്നു.

ബാക്കി കോഴികൾ അച്ഛൻ വിളിച്ചിടത്ത് പറന്നിറങ്ങി. എന്തോ ആർത്തിയോടെ കൊത്തിത്തിന്നുകയാണ്. ഞാൻ വേഗം ചെന്നു. പട്ടി വീണ്ടും തല കുടയുന്നു. തെങ്ങിന്റെ പൂക്കുല തെറിക്കുന്നതു പോലെ, വാനില ഐസ്ക്രീം നിറത്തിലുള്ള പുഴുക്കൾ തെറിക്കുന്നു. ഒരു ചെവി മുതൽ മറ്റേ ചെവി വരെ, വ്യാപിച്ച മുറിവിൽ നിന്ന് തെറിക്കുമ്പോൾ, വാഴമാണം വെട്ടിപ്പൊളിക്കുമ്പോഴുള്ള നിറത്തിലിരിക്കുന്ന മുറിവിൽ ദ്വാരങ്ങൾ പ്രത്യക്ഷപ്പെടുന്നു. സദ്യ കഴിഞ്ഞ് അതിലൊരു പൂവൻ എന്റെ തോളത്തേക്ക് പറന്നു വന്നിരുന്ന്, നീട്ടിക്കൂവി. അതിനൊന്നും എന്നെ പേടിയില്ല. അതൊക്കെ ജനിച്ചുണ്ടായ, ചോര ഞരമ്പുകൾ ബാക്കിയായ മുട്ട പൊടിച്ച് തോട്ടിൽ കൊണ്ടു കളയുന്നത് ഞാനാണ്. മീനുകൾക്ക് ആ മുട്ട പൊടിച്ചിടുന്നത് കഴിക്കാൻ ആവേശമാണ്. തിരികെ ചെല്ലുമ്പോൾ തന്നെ നനഞ്ഞ് കുഞ്ഞുങ്ങൾ അമ്മച്ചൂടിൽ ഉണങ്ങി, സുന്ദരികളും സുന്ദരന്മാരുമായിരിക്കും. അതൊക്കെയാണ് ഇന്ന് അഹങ്കരിക്കുന്നത്.

പട്ടി അവിടെ ചുറ്റിപ്പറ്റി. ബ്ലാത്തിക്കാ (സീതപ്പഴം) ഇലയും മഞ്ഞളും കൂടി അരച്ച്, അതിന്റെ മുറിവിൽ തേച്ചു പറ്റിച്ചു കൊടുത്തു. വിസ്മയകരമായിരുന്നു മാറ്റം. രണ്ടാഴ്ച കൊണ്ട്, അതിന്റെ മുറിവ്, തിരികെ കൂടി. ചെമ്പൻ നിറത്തിലെ രോമം മടങ്ങിവന്നു. ഓർമ്മപ്പെടുത്തൽ പോലെ, ഒരു നാണയവട്ടത്തിൽ രോമം വരാതെ കിടന്നു. അച്ഛൻ ഭയങ്കര ജന്തുസ്നേഹിയായതു കൊണ്ടല്ല. ഒരു പരീക്ഷണം വിജയിച്ചതിന്റെ ആഹ്ലാദമായിരുന്നു. എന്തായാലും പിന്നെ വയലിൽ, പട്ടിയുടെ ശവങ്ങളോ പുഴുത്തുനാറിയ പട്ടികളോ കണ്ടിട്ടില്ല.. അച്ഛൻ കൊണ്ടു വന്നു വച്ച മരുന്നെടുത്തു വായിച്ചു. ക്ലിനിക്കൽ ടുർപെന്റിൻ. ടർപെന്റിനെന്നാണ് വായിക്കേണ്ടതെന്ന് പിന്നാണ് മനസ്സിലായത്. ആ പട്ടി നന്ദി മറന്നില്ല. വയലിൽ പലപ്പോഴും വരും. എന്നെ കാണുമ്പോൾ വാലാട്ടും. മണിയനീച്ചപ്പുഴുക്കളിൽ നിന്ന് എന്നെ രക്ഷിച്ച അദ്ദേഹത്തിന്റെ മോനേ.. എന്ന സ്നേ

ഹമായിരിക്കുമെന്ന് ഞാൻ കരുതി. അതിന്റെ അഹങ്കാരം എനിക്ക് തോന്നുകയും ചെയ്തു. എന്റെ വയലിലാണ് നീ നില്ക്കുന്നത്. നിന്റെ ജീവൻ എന്റച്ഛനാണ് സംരക്ഷിച്ചത്. എന്റെ, ഞാൻ.. വളർന്നു തുടങ്ങുകയായിരുന്നു.

അന്ന് ക്രിക്കറ്റ് കളി തുടങ്ങിയ കാലം. ഉണങ്ങിയ ഒതളങ്ങ (ചെറു വൃക്ഷമാണ്. പടിഞ്ഞാറേയറ്റത്തെ തോട്ടിലേക്ക് ഞാന്നു നില്ക്കും. മാങ്ങയേക്കാൾ സുന്ദരിയായ പഴം. പരിപ്പെടുത്ത് കഴിച്ചാൽ ചാക്കാല. ദളിതരും പാവങ്ങളുമായ പലരും, വ്യാവസായിക വിഷം വരും മുമ്പുള്ള കാലത്ത് കഴിച്ചു പോന്ന ജൈവവിഷമായിരുന്നു. ഇന്നാള് ഏതോ വിദേശി മാങ്ങയാണെന്ന് പറഞ്ഞ് എടുത്തു കഴിച്ച് ആശുപത്രിയിലായ വാർത്ത കണ്ടിരുന്നു) യും മടലും വച്ചാണ് കളി. ഉണങ്ങിയ ഒതളങ്ങ നാരുകൾ കൊണ്ടു കെട്ടിയ ഒരു പന്തു പോലിരിക്കും. എറിഞ്ഞാൽ കാറ്റു പിടിക്കും. ശക്തി വേണം. എനിക്കു കുറവാണ്. അതിനാൽ ചുമ്മാ നില്ക്കുമ്പോൾ ഞാൻ ഊക്ക് പരീക്ഷിക്കുമായിരുന്നു. എനിക്ക് ഉന്നവുമില്ല. എറിഞ്ഞാൽ വിചാരിച്ചതിന്റെ പാതി ദൂരം ചെല്ലുകയുമില്ല. ആ കുറച്ചിലും ആലോചിച്ച്, തൊടിയിൽ ഞാൻ നില്ക്കുകയായിരുന്നു. വയലിൽ നിന്ന് അച്ഛൻ രക്ഷിച്ച പട്ടി വയലിലൂടെ കടന്നു പോവുകയാണ്. ഞാനൊരു കല്ലെടുത്തു. ഒറ്റ എറി. അച്ഛൻ മീനിനെ വെട്ടുന്നത് സങ്കല്പിച്ച് ഒരു മുഴം മുന്നിലാണ് എറിഞ്ഞത്. കൊണ്ടത് പട്ടിയുടെ കൃത്യം പള്ളയ്ക്ക്. അതൊരു നിലവിളിച്ചു. അച്ഛൻ ദൂരെ വയലിൽ പോയി വെളിക്കിറങ്ങിയിട്ട് വരികയായിരുന്നു. കഴുവർടമോനേ.. എന്നൊരു വിളി. ഞാൻ ജന്മത്ത് വിചാരിച്ചതല്ല, എന്റെ ഒരു എറി, അതിന്റെ ഉന്നത്തിൽ കൊള്ളുമെന്ന്.

വേദനയും അച്ഛന്റെ ചീത്ത വിളി കേട്ടതിന്റെ ദേഷ്യവും സങ്കടവുമെല്ലാം കൂടിയായി ഞാൻ അച്ഛൻ മീൻ വെട്ടുന്ന, വാളുപിച്ചാത്തിയുമെടുത്ത് സന്ധ്യയാകാറായപ്പോൾ നടന്നു. ആ നേരം മീനിന് വിശക്കുന്ന നേരമാണ്. വെട്ടിക്കൂടാ. കടലിൽ സന്ധ്യക്ക് അന്ന് ആരും മീൻ പിടിക്കില്ലെന്ന് കേട്ടിട്ടുണ്ട്. എനിക്ക് കൃത്യമായി ഉന്നം കിട്ടിയെന്നൊരു അഹങ്കാരവും കിടക്കുന്നു. ഞാൻ നോക്കിയപ്പോൾ, ഞങ്ങളുടെ ഹോച്ചിമിൻ ഭവനത്തിന്റെ തൊട്ടടുത്ത് അച്ഛൻ പുതുതായി കുഴിച്ച ചാലിൽ ഒരു മുരൾ (കോലാൻ) നില്ക്കുന്നു. മഞ്ഞയുടെയും പച്ചയുടേയും സുതാര്യമായ ദേഹമാണ് അതിന്. ചുണ്ടിന് മാത്രം, അതിന്റെ ദേഹത്തിന്റെ ഏതാണ്ടത്രയും നീളം കാണും. കുഞ്ഞുങ്ങൾക്ക് ദേഹത്തേക്കാൾ ചുണ്ടിനാണ് നീളം. ഞാൻ ഇറങ്ങിയൊരു വെട്ടുകൊടുത്തു. കഴുത്തിപ്പോൾ രണ്ടാകുമെന്നാണ് ധാരണ. പക്ഷേ, ഓരോ മീനിനും ഓരോ വേഗമാണ്. ഇത് എന്റെ ആയം കണ്ട് പിറകോട്ടാണ് ദേഹം വലിച്ചത്. വാലിന്റെ കുറേ മുകളിലായി വെട്ടു കൊണ്ടു. വാലുഭാഗം വെള്ളത്തിൽ താഴ്ന്ന് അപ്രത്യക്ഷമായി. ബാക്കിയുള്ള ദേഹം കൊണ്ട് അത് ബാലൻസ് ചെയ്ത് നീന്താൻ ശ്രമിക്കുകയാണ്. കഴിയുന്നില്ല. ഞാൻ ആ വേദന കണ്ടു നില്ക്കാനാവാതെ, തിരിഞ്ഞോടി. പേടിച്ച് കുറേ നേരം കഴിഞ്ഞ് തിരിച്ചു വന്നപ്പോ

ഴേക്കും മലച്ചിരുന്നു. ചത്തിട്ടില്ല. കമരാനായി ശ്രമിക്കുന്നു. തിരിഞ്ഞപ്പോൾ വെള്ളത്തിലൊരു ശബ്ദം. ഒരു കുള്ളൻപൊന്മാൻ. മീൻകൊത്തിയുടെ ചെറിയ ഇനം. അതിനെ എടുത്തു പറന്നു. അപ്പോഴും അതിന് ജീവൻ വിട്ടിട്ടില്ല. വേദനയുടെ അവസാന ഖണ്ഡം. ഹൊ. എല്ലാം കൂടി വല്ലാത്തൊരു ദിവസം.

വിട്ടുമാറാത്ത ജീവിതദൃശ്യങ്ങൾ, പകയോടെ തിരികെ വരും; മറ്റേ ജന്തുവിന്റെ വേദനയുടെ പ്രേതാവേശം പോലെ. അങ്ങനെ വന്നു. ഒന്നല്ല, ഓരോന്നിനും കണക്ക് പറഞ്ഞ്. നമ്മുടെ അഹങ്കാരം കൊണ്ട് പലതും തിരിച്ചറിയുന്നില്ലെന്നേയുള്ളൂ. ഓരോന്നും തിരികെ വരും. ഒന്നൊന്നായി ദാ ഇങ്ങനെ വന്നു:

തിരുവനന്തപുരത്ത്, ഞാൻ മണക്കാട് ചന്തയിൽ പോയാണ് മീൻ വാങ്ങുന്നത്. നഗരത്തിനടുത്ത് ഏറ്റവും നല്ല മീൻ കിട്ടുന്ന പാതിരാച്ചന്ത. മീനല്പം കെട്ടുപോയാൽ മനം മറിക്കും. ചീത്ത മീൻ ശീലിച്ചിട്ടില്ല. ചൂണ്ട മീനുണ്ടെങ്കിൽ അതേ വാങ്ങാവൂ. ഒരാൾ ചൂണ്ടയെറിഞ്ഞ് അവന് ആവശ്യമുള്ളത് പിടിക്കുകയാണ്. ട്രോളർ പോലെയല്ല. അതിലൊരു നീതിയുണ്ട്. പണ്ട് ചാളത്തടിയിലും കൊച്ചു വള്ളത്തിലും പിടിക്കുന്നതിലും ആ സത്യമുണ്ടായിരുന്നു. മീൻകൂട്ടത്തെ മുറിച്ചു കോരുമായിരുന്നു അന്ന്. എന്നു വച്ചാൽ, എന്റെ വള്ളത്തിൽ ഇത്രയും മീനിനേ സ്ഥലമുള്ളൂ. എനിക്കിത്രയും മതി. ബാക്കി അതിന്റെ പാട്ടിന് പോകും. വലയുടെ കണ്ണിക്കു പോലും ആ സത്യമുണ്ടായിരുന്നു. കൊഴുവയും നെത്തോലിയും പിടിക്കുന്ന കണ്ണിയിൽ പോലും കുഞ്ഞുങ്ങൾക്ക് കടന്നുപോകാനുള്ള വലിപ്പം കാണും. ഇപ്പോ വ്യവസായ മീനുകളെ കാണുമ്പോ പേടിയാകും.

വാളാൻ മുരളാണ് ബെസ്റ്റ്. വാള പോലെ നീണ്ടിരിക്കും. ഒരിക്കൽ വാങ്ങി. ഭംഗിയായി വെട്ടി ശരിപ്പെടുത്തി. കറി വച്ചു. ചൂടോടെ കുറേ മീനിന്റെ ചാറും ചോറും കൂട്ടിയപ്പോൾ വിരലിനൊരു പൊള്ളൽ പോലെ. നോക്കിയപ്പോൾ പ്ലേറ്റിൽ തിളയ്ക്കുന്ന ഒരു മഞ്ഞച്ചൂണ്ട. ഞാൻ ഞെട്ടിപ്പോയി. അന്നാണ് എന്താണെന്റെ മുരൾമീനിനോടുള്ള അഭിനിവേശമെന്നും, അതാ പഴയ വെട്ടും വേദനയുമായി ബന്ധിച്ചു കിടക്കുന്നതാണെന്ന് മനസ്സിലായത്. അന്ന് വെട്ടിയ കോലാൻ മീനിന്റെ കടൽവർഗ്ഗമാണീ വാളാൻമുരളും. എടുത്ത് വിഴുങ്ങിയിരുന്നെങ്കിലോ? കാലമിത്രയായിട്ടും, തന്ന ഓരോ വേദനയ്ക്കും മറുവേദന, ഇരട്ടി ശക്തിയിൽ കൊടുക്കാനുള്ള പ്രപഞ്ചത്തിന്റെ ത്വര. കണക്കുകൂട്ടലുകളുടെ ബാലൻസിലാണ് പ്രപഞ്ചത്തിന്റെ ശക്തി. നിലനില്പ്.

പിന്നെ പോയപ്പോൾ ഞാൻ ആ മീൻകാരി അമ്മച്ചിയോട് ചൂണ്ടയുടെ കഥ പറഞ്ഞു. അവരു പറഞ്ഞു:

"അങ്ങനെവരത്തില്ല. ചൂണ്ട കളഞ്ഞിട്ടേ മക്കൾക്ക് തരൂ."

ഞാൻ പറഞ്ഞു: "അല്ല, അതൊരു മഞ്ഞച്ചൂണ്ടയായിരുന്നു. ചെറുത്."

അവർ പാതി സമ്മതിച്ചിട്ട് പറഞ്ഞു: "ചൂണ്ടു വിഴുങ്ങുന്ന ചില

മീനൊണ്ട്. തങ്കൂസ് പൊട്ടിച്ചെടുക്കാനേ പറ്റൂ."

അത് പറഞ്ഞപ്പോഴാണ് ഭീതിപ്പെടുത്തും വിധം, ഞാൻ ഞെട്ടി വായിൽ കൈവച്ചുപോയത്. കൃത്യം ചൂണ്ടയ്ക്കും ആ നിറം വന്നതെങ്ങനെ? പ്രപഞ്ചത്തിന്റെ പ്രതികാരത്തിന് നിറവുമുണ്ട്.

മഞ്ഞ!

അന്നെനിക്ക് മഞ്ഞപ്പേടി പിടിച്ച ദിവസമായിരുന്നു. എന്നു വച്ചാൽ കാണുന്നതൊക്കെ മഞ്ഞ. എറിഞ്ഞു വേദനിപ്പിച്ച മഞ്ഞപ്പട്ടി. വെട്ടിവേദനിപ്പിച്ച മഞ്ഞമുരൾമീൻ. മഞ്ഞ എവിടെയോ വിട്ടു പോകാത്ത പാപമായി കിടക്കുന്നു.

ആ ദ്രോഹങ്ങൾ ചെയ്തതിന്റെ അന്നു രാത്രി ഉറങ്ങാൻ കിടന്നപ്പോൾ കേട്ട ഓരോ പട്ടിയുടെ നിലവിളിയും വയറുവേദന കൊണ്ട് കരയുന്ന, ആ മഞ്ഞപ്പട്ടിയുടേതാണെന്നാണ് വിചാരിച്ചത്. പിറ്റേന്ന് അമ്മ എന്റെ നെറ്റിയിൽ പിടിച്ചിട്ട് പറഞ്ഞു: "നീ രാത്രി കിടന്ന് മുരളുകയായിരുന്നു. ചൂടുണ്ടായിരുന്നു. ഇപ്പോ ഇല്ല."

പക്ഷേ, കുറച്ചുനാൾ എനിക്ക് മഞ്ഞകാണലിന്റെ അസുഖം വന്നു. അങ്ങനൊരു അസുഖത്തെക്കുറിച്ച് ഞാൻ അന്നോ പില്ക്കാലമോ കേട്ടിട്ടുമില്ല.

നമ്മൾ കാണുന്നതെല്ലാം മഞ്ഞയായിരിക്കും. ബാക്കി നിറങ്ങളൊക്കെ അപ്രസക്തമായി പോവും.

പിറ്റേന്ന് വൈകിട്ട് അച്ഛമ്മയുമായി പോയപ്പോൾ കാവിലമ്മയുടെ പ്രതിഷ്ഠയെ മഞ്ഞപ്പട്ടുടുപ്പിക്കുന്നു. ആരോ കൊടുത്ത മഞ്ഞപ്പട്ടുകൾ മൂന്നാലെണ്ണം വെളിയിൽ വച്ചിട്ടുണ്ട്. കണ്ണിന്റെ ഓരത്തൂടെ അത് ഒരു കൂന മഞ്ഞയായിട്ടാണ് കാണുന്നത്. തിരികെ നടന്നു വരുമ്പോ ഒരു കറുത്ത പയ്യൻ. പക്ഷേ, അവന് മഞ്ഞക്കിളിയെന്നാണ് ഇരട്ടപ്പേര്. അതോടെ നമ്മളവന്റെ നിറം അങ്ങനെയാണ് കാണുന്നത്. അതു കടന്നു വരുമ്പോൾ, ബന്ധക്കാരൻ മാമൻ നിന്ന് മഞ്ഞൾ അളിച്ച് ഒടിച്ചു കൂട്ടുന്നു. എന്തൊരു മഞ്ഞ!

നടന്ന് വരുന്നതിന്റെ ഓരത്തെ ഒഴിഞ്ഞ പുരയിടത്തിൽ നിറയെ മുക്കുറ്റിയുടെ കുഞ്ഞു മഞ്ഞപ്പൂവുകൾ. സൂര്യകാന്തിയുടെ മഞ്ഞമിനിയേച്ചർ പോലെ, പടർന്നു വളരുന്ന വയൽപ്പൂക്കൾ. പല്ലുവേദനപ്പൂവിന്റെ മഞ്ഞ. മറ്റ് നിറം നമ്മൾ കാണുന്നില്ല.

പിറ്റേന്ന്. കടപ്പുറത്തുള്ള ടീച്ചറിന്റെ വീട്ടിലാണ് ഞാൻ ട്യൂഷന് പോകുന്നത്. അന്ന് ചാകര വന്നു. ടീച്ചർ ഞങ്ങളെയും കൊണ്ട് കടപ്പുറത്ത് പോയി. കടൽപ്പുറമണ്ണെല്ലാം ഞാൻ നോക്കിനോക്കിയിരിക്കെ, കടലിനോട് അടുക്കുന്തോറും മഞ്ഞപ്പ് കൂടിക്കൂടി വരുന്നു. പിന്നത് സ്വർണ്ണനിറമായി. ഉപ്പുവെള്ളം കേറി മഞ്ഞയോടിയ മരത്തടികൾക്കെല്ലാം വിചാരിച്ചതിലും മഞ്ഞ. അതിലും അദ്ഭുതം അതാ, തീരത്ത് അടുക്കിയിട്ടിരിക്കുന്ന മഞ്ഞവേളാപ്പാരമീൻ. ഇപ്പോഴുമെന്റെ ഓർമ്മയിൽ കടപ്പുറത്ത്, വടക്കോട്ട്, അങ്ങ് തങ്കശേരി വരെയും, തെക്ക് പരവൂർ മുനമ്പു വരെയും

തീരം നിറയെ വേളാപ്പാര നിറഞ്ഞു കിടക്കുന്ന കാഴ്ചയാണ്. ടീച്ചർ മൂന്നാലു മഞ്ഞപ്പാര വാങ്ങി. ഉപ്പിട്ടു വയ്ക്കാനാണ്. ഒന്നെന്റെ കയ്യിലും തന്നു. അതോടെ ഉള്ളിലെ മഞ്ഞപ്പ് കൂടി. തിരിഞ്ഞപ്പോൾ കടപ്പുറത്ത് യഥേഷ്ടം പിടിക്കുന്ന ചീലാന്തിയുടെ ഇലയ്ക്കൊക്കെ മഞ്ഞവാട്ടം. പക്ഷേ, അതിൽ നിറഞ്ഞ പൂക്കൾക്കെല്ലാം നല്ല ചെറുപ്പം. നിറഞ്ഞ മഞ്ഞ. കടപ്പുറത്തെ കള്ളിമുൾച്ചെടിപ്പൂക്കൾക്കും മഞ്ഞ. കള്ളിപ്പൂവും ചീലാന്തിപ്പൂവും ഒരേ പോലാണ്. നില്ക്കെ, നില്ക്കെ അവ ചുവക്കും. എന്നിട്ടാണ് ഞെട്ടറ്റ് വീഴുന്നത്. ഞാനാ പൂക്കളുടെ ചുവന്ന വാർദ്ധക്യം കാണുന്നില്ല. മഞ്ഞ യൗവനം മാത്രം. കടപ്പുറത്തെ മഞ്ഞമണ്ണിലൂടെ അതേ നിറത്തിലുള്ള ഞണ്ടുകൾ ഓജസ്സോടെ ഓടിക്കളിക്കുകയാണ്. നീണ്ടു കറുത്ത കണ്ണുകൾ ആന്റിന പോലെ. അവയുടെ കാൽപ്പാടുകൾ തിര വലിയുമ്പോൾ മണ്ണിൽ കുഴിഞ്ഞു കാണാം.

ഞങ്ങൾ ടീച്ചറുടെ വീട്ടിലേക്ക് നടന്നു. അപ്പോഴതാ, പത്തു പതിനഞ്ച് സൈക്കിൾ. മഞ്ഞക്കൊടി. ഓടിക്കുന്നവർ പുതച്ചിരിക്കുന്നത് മഞ്ഞ മേൽമുണ്ട്. അവർ തീരറോഡ് വഴി വർക്കല ശിവഗിരിയിലേക്ക് പോകുന്നവരാണ്. തീർത്ഥാടനം തുടങ്ങിയിരിക്കുന്നു.

ട്യൂഷൻ കഴിഞ്ഞ് ആദ്യം അച്ഛന്റെ വീട്ടിലാണെത്തുന്നത്. സന്ധ്യ. പച്ചയെല്ലാം കടുംപച്ചയും കറുപ്പുമായി മാറിയിരിക്കുന്നു. അപ്പോഴതാ, അപ്പൂപ്പന്റെ ജന്മവൃക്ഷമായ ഇലഞ്ഞിമരത്തിൽ നിറയെ കായ്കൾ. അത് മുഴുവൻ മഞ്ഞനിറമായി നില്ക്കുന്നു. ഇരുട്ടിൽ തിളങ്ങുന്നു. അത് ചുവക്കും മുമ്പുള്ള അവസ്ഥയാണ്.

പിറ്റേന്ന് രാത്രി അച്ഛന്റെ കൂടെ മീൻ പിടിക്കാനിറങ്ങിയപ്പോ, അച്ഛൻ ഒറ്റാൽ വച്ച്, രണ്ടാമത്തെ കുത്തു കുത്തി, മീൻ വലിച്ചെടുത്തപ്പോ..

ഒരു മഞ്ഞക്കൂരി.

മീശക്കൊമ്പും ചെവിപ്പിറകെ മുള്ളുമുള്ള ഇനം മീനുകളെ പിടിക്കാൻ വൈദഗ്ദ്ധ്യമുള്ള അച്ഛന്റെ കൈയിൽ കൂരി മുള്ളു തറച്ചു. അച്ഛന്റെ വിരലിൽ നിന്നു വരുന്ന ചോര ഞാൻ കാണുന്നില്ല. അച്ഛൻ കൈ വിടർത്തി നില്ക്കുകയാണ്. വിരലിലാഴ്ന്ന കൊമ്പിന്റെ ബലത്തിൽ അന്തരീക്ഷത്തിലെന്ന വിധം മഞ്ഞക്കൂരി നില്ക്കുകയാണ്. അതിന്റെ വയറിലെ മഞ്ഞ എന്നെ കാണിച്ചു തരാൻ..

കൈയിലിരുന്ന ടയർ കത്തിയുണ്ടാകുന്ന തീയിലെ ഓറഞ്ചു കുറഞ്ഞ് മഞ്ഞ നിറമായി, അതിന്റെ പ്രതിഫലനത്തിൽ, വെള്ളം മുഴുവൻ മഞ്ഞയായി ഓളം വെട്ടുന്നു.

പിറ്റേന്ന് തീർന്നെന്നാണ് ഞാൻ വിചാരിച്ചത്. രാവിലെ ചായകുടിച്ചു കൊണ്ടിരുന്നപ്പോൾ, മഞ്ഞസൂര്യൻ ഉദിച്ചു തുടങ്ങിയതേയുള്ളൂ. ആദ്യത്തെ വെയിലുരുകി മഞ്ഞപ്രകാശം മിന്നാമ്മിന്നുങ്ങളെപ്പോലെ ഒരുമിച്ചു കൂടുന്നു. പെട്ടെന്നതാ, അവയെല്ലാം കൂടി ഉരുകിയൊലിച്ച്, മഞ്ഞ നിറത്തിൽ അതൊരു മനുഷ്യരൂപം പൂണ്ട് പടിഞ്ഞാറോട്ട് നടക്കുന്നതായി തോന്നുന്നു.. ഒരു രണ്ട് സെക്കൻഡ് ആ കാഴ്ച നിന്നു. ഇനി അപകട

മാണ്. ഞാൻ അമ്മയോട് പറഞ്ഞു. "അമ്മാ, എവിടെ നോക്കിയാലും മഞ്ഞ."

ഒരു ചിരട്ടയിൽ കുറച്ചു മൂത്രമെടുത്തു വരാൻ പറഞ്ഞു.

അമ്മ കുറച്ചു ചോറെടുത്ത് മൂത്രത്തിലിട്ടു. എടുത്തു: ഞാൻ പറഞ്ഞു: "ദാ ചോറ് മഞ്ഞയായി."

അമ്മ പറഞ്ഞു: "പോടാ. വെളുവെളാ ഇരിക്കുന്നു.."

ഞാൻ തർക്കിച്ചില്ല.

മൂന്നാലു ദിവസം കഴിഞ്ഞൊരു ദിവസം, വെളുപ്പിന് അച്ഛനെ അന്വേഷിച്ച്, ഒരാളു വന്നു. മുസ്ലിംപേരാണ്. യൂനാനി വൈദ്യന്മാരുടെ കുടുംബം. വിദ്യാഭ്യാസവകുപ്പിലെ ഉദ്യോഗസ്ഥനാണ്. ഏതോ ലോണിന്റെ സാദ്ധ്യത തിരക്കി വന്നതാണ്. അമ്മ വെളുപ്പിനെഴുന്നേറ്റ്, പിത്തം ഉൾപ്പെടെ മഞ്ഞനിറത്തിൽ, മഞ്ഞയുടെ ഒരു നദി പോലെ തുപ്പുന്നതും നോക്കി, ആ മഞ്ഞയിൽ ലയിച്ച് ഇരിക്കുകയായിരുന്നു ഞാൻ.

ശബ്ദം കേട്ട് ആഗതൻ ചോദിച്ചു.

അയാൾ ചോദിച്ചു: "എന്താ മിസ്സിസിന് ഭയങ്കര ചുമ."

അച്ഛൻ പറഞ്ഞു: "വയലും നനവുമല്ലേ.. ഇസ്നോഫീലിയയുണ്ട്. തണുപ്പായാൽ രാവിലെ ശ്വാസംമുട്ടുമാണ്."

അയാള് പറഞ്ഞു: "ഞങ്ങടെ ഒരു ഉപ്പുപ്പായൊണ്ട്. ഞാനൊന്ന് ചോദിച്ചിട്ട് പറയാം."

അങ്ങേര് തലയാട്ടിയിട്ട് പോയി.

രണ്ടു ദിവസം കൊണ്ട് അച്ഛൻ ലോൺ ശരിയാക്കി. അങ്ങേര് അമ്മയ്ക്കുള്ള മരുന്നും. പക്ഷേ, അത് ഉപ്പുപ്പായുടെ കൈയീന്ന് വാങ്ങിക്കണം. എങ്കിലേ ഫലിക്കൂ.

അപ്പഴാ അമ്മ പറഞ്ഞത്: "എവനേയും കൂടി കൊണ്ടുപോ. എവന് മഞ്ഞക്കാഴ്ച!"

അച്ഛന്റെ സൈക്കിളിന്റെ പുറകെയിരിക്കുമ്പോ ഞാൻ കണ്ണിറുക്കിയടച്ചു. ഇനി മഞ്ഞ കാണണ്ട. മടുത്തു.

ഒരു ശാസ്താക്ഷേത്രത്തിന്റെ മുന്നിൽ ആൽമരത്തിൽ ചാരി, ഒരു വടിയും പിടിച്ച്, ഒരു പടുകിഴവൻ.

അച്ഛൻ ചെന്ന് കാര്യം പറഞ്ഞു. അയാൾ അരയിൽ നിന്നൊരു ചെറിയ കുപ്പി മരുന്നെടുത്തു തന്നു. അച്ഛൻ പൈസ കൊടുത്തത് വാങ്ങി അതേ അരയിൽ തിരുകി വച്ചു.

എന്നിട്ട് എന്റെ പ്രശ്നം പറഞ്ഞു. മഞ്ഞപ്പിത്തമൊന്നുമില്ല.

അപ്പൂപ്പൻ കിട്ടിയ കാശുമായി എഴുന്നേറ്റിട്ട് നിസ്സാരമായിട്ട് പറഞ്ഞു.

ഒന്നുമില്ല. വേണ്ടാത്ത ശ്രദ്ധ. മാറാൻ കയ്പ് കഴിക്കണം. കയ്പെടുക്കുന്നത് വീടിന്റെ പരിസരത്തൂന്ന് തന്നെയാകണം.

ഓരോ സ്ഥലത്തിനും ഓരോ പ്രത്യേകതയൊണ്ട്. ഈ പുരയിടമല്ല, അപ്പറത്തെ പുരയിടം. ഒരു സ്ഥലത്തെ ചെടിക്ക് നമ്മളെ അറിയാം. വേറൊരു ഇടത്തേതിന് അറിയണമെന്നില്ല. രോഗത്തെ എതിർക്കണം.

മഞ്ഞ മധുരമാണ്. കയ്പാണ് എതിർപ്പ്.

അസുഖം മാറാൻ അമ്മ എനിക്ക് കിരിയാത്ത് കഷായം വച്ചു തന്നു. പറമ്പില് ഇഷ്ടംപോലുണ്ടാരുന്നു. എന്തൊരു കയ്പ്. തൊണ്ടയിൽ നിന്നിറങ്ങുമ്പോ അലറി വിളിച്ചു പോകും. ഒന്നു രണ്ടു തവണയായപ്പോ ശീലമായി. മഞ്ഞയിലെ മധുരം ഇറങ്ങുന്നു. ഞാൻ തന്നെ ഏറ്റെടുത്തു. വേറെ കയ്പ് വല്ലതുമുണ്ടോ? എനിക്കറിഞ്ഞൂടാ..: അമ്മ പറഞ്ഞു. “വല്ലതും കൊണ്ടുവന്നാൽ വച്ചുതരാം.”

എന്റെ അപ്പൂപ്പൻ പറഞ്ഞു: “കയ്പിന്റെ ആശാനാണ് കാട്ടുപടവലം. ഭയങ്കര ഔഷധവുമാണ്. പടിഞ്ഞാറേ വയലിൽ, വൈദ്യരുടെ പുരയിടത്തിന്റെയും പിറകെ നില്ക്കുന്ന, വെള്ളക്കെട്ടിലെ പടർപ്പിൽ കാടു പോലെ പിടിച്ചു കിടപ്പുണ്ട്.”

അച്ഛന്റെ കൂട്ടുകാരൻ മുഖേന, വൈദ്യരെ അറിയിച്ചു.

കാട്ടുപടവലം നല്ലതാ. പക്ഷേ, ഇരുമ്പു കൊണ്ടു മുറിച്ചു കൂടാ. രാസമാറ്റം നടക്കും. മടൽപ്പൊളി പിച്ചാത്തി പോലാക്കണം.

ഫലിച്ചു. പതുക്കെ മഞ്ഞ ഒരു നിറം മാത്രമായി. കാട്ടുപടവലത്തിന്റെ പടർപ്പ് പിന്നെ കുറച്ചു കാലത്തിന് ശേഷം ഞാനിന്നേവരെ കണ്ടിട്ടില്ല. എവിടെ പോയി? എന്തിന് നഷ്ടപ്പെട്ടു. ക്യ്പ് ജനത്തിന് ഇഷ്ടമല്ലാതെ, വള്ളി ആകുമ്പോൾ തന്നെ പറിച്ചു കളഞ്ഞതു കൊണ്ടോ? കേരളത്തിൽ പുല്ലുപറിക്കലും കിളയ്ക്കലും തൊഴിലുറപ്പ് പദ്ധതിയും, കെട്ടിടങ്ങളുമൊക്കെ വന്നതോടെ, നമുക്കിഷ്ടമില്ലാത്ത ഒറ്റ നാമ്പിനെയും പച്ചപ്പിനെയും വിടില്ല എന്നായി. പക്ഷേ, അവനവനിലേക്ക് നോക്കുന്ന ഈ മധുരം കുറേ ആകുമ്പോൾ, ഒരു പാട് കയ്പുകൾ നമുക്ക് വേണ്ടി വരും.

മറുവാദമുണ്ട്. അത്രയും ശ്രദ്ധയുടെ കാര്യമില്ല. നശിച്ചു കൊണ്ടേയിരിക്കുക പ്രപഞ്ചത്തിന്റെ വാസനയാണ്. പല ജീവജാതികൾ, അസ്തമിച്ചു കൊണ്ടേയിരിക്കും. ന്നേരാണ്. ദിനോസർ വംശം നശിച്ചതിന് മനുഷ്യൻ ഉത്തരവാദിയല്ല. പക്ഷേ, അതിനൊരു സമയക്രമമുണ്ട്. ലക്ഷക്കണക്കിന് വർഷം അവ നിലനിന്നു. പ്രപഞ്ചം അതിന്റെ താളമനുസരിച്ച്, കല്ലുരുട്ടി മുകളിലേക്ക് കയറ്റി വരുന്നതിനെ, മനുഷ്യൻ വാങ്ങിച്ച്, താഴേയ്ക്ക് ഡിം എന്ന് എടുത്തെറിയുന്നത് തുല്യമാണത്. അത് ബാലൻസ് തെറ്റിക്കലാണ്.

എന്നു കരുതി, എല്ലാമങ്ങ് പറ്റെ നശിച്ചു പോയെന്നും പറയാനാവില്ല. കറക്ടു ചെയ്യാനുള്ള രീതികൾ പ്രകൃതി സ്വീകരിക്കും. അങ്ങനെ ശുഭകരമായ ചിലത് മടങ്ങി വരും.

ഞാൻ കുറേ നാൾ ബസിൽ കയറി ഓഫിസിലേക്ക് പോയി. തിരുവനന്തപുരം കവടിയാർ ഭാഗത്തെ മരങ്ങൾ നോക്കി നോക്കിയിരിക്കെ, അതാ അതിലൊരു മരത്തിലെ ഇത്തിൾ.. അത് സീതത്താലിയാണ്. പണ്ട് കാവിൽ കണ്ട് ഇല്ലാതായത്.. എന്തിന് കാവു തന്നെ മടങ്ങി വന്നു. കാവു സംരക്ഷണത്തിനുള്ള ഫണ്ട് കൃത്യമായി ഉപയോഗിച്ചു. അന്യാധീനപ്പെട്ട ഭൂമിയൊക്കെ ഒഴിവാക്കി, ബാക്കി ഉള്ളിടത്ത് മതിൽ കെട്ടി. കുറുകെ

യുള്ള ആൾസഞ്ചാരം നിന്നു. നിറയെ ഔഷധ സസ്യങ്ങൾ വച്ചുപിടിപ്പിച്ചു. മഞ്ഞപ്പട്ടിയുടെ ഒരു കണ്ണു മുതൽ മറുകണ്ണു വരെ തലയിൽ പുഴു തിന്ന, ഭാഗത്ത് മഞ്ഞ രോമങ്ങൾ മടങ്ങി വന്നതു പോലെ, ചെടികളാൽ നിറഞ്ഞു. എങ്കിലും മഞ്ഞപ്പട്ടിയുടെ തലയിൽ, ഒരു ഓർമ്മപ്പെടുത്തൽപോലെ കുറേ ഭാഗം രോമം കിളിർക്കാതെ ബാക്കി കിടന്നതു പോലെ, കാവിന്റെ നൈസർഗ്ഗികത പോയി. വള്ളിച്ചൂരൽ മുതൽ കാലാകാലങ്ങളായി, സംരക്ഷിച്ചു വച്ചിരുന്ന വിത്തും കിഴങ്ങുമൊക്കെ കുറേ കാലം കാത്തിരുന്ന് ക്ഷമ നശിച്ച് ഇല്ലാതായി. ഇനിയുള്ള കാവിന് വേറെ സ്വഭാവമാണ്. അസുഖം പൊറുത്ത പട്ടിയുടെ ചെവി പിന്നൊരിക്കലും പഴയതു പോലെ കൂർത്തിരിക്കില്ല. ഒരു ചെവി പിന്നെ കാണുമ്പോഴെല്ലാം ഞാന്നു കിടക്കും. ബാക്കിയായ കഷണ്ടിവട്ടത്തിലും രോഗം വന്ന ചെവിയിലും പെട്ടെന്ന് അണുബാധ ഉണ്ടാവാൻ സാദ്ധ്യതയുമുണ്ട്. തിരിച്ചു വന്ന ഭൂമിയുടെ കാര്യവും അതു പോലെയാണ്.

അടുത്തിടെ, ഞാൻ പഴയ വയൽഭൂമിയിലൂടെ ഒരു ഗവേഷണത്തിനിറങ്ങി. പാതിയോളം ഭൂമി മാറിപ്പോയെങ്കിലും ബാക്കി പാതി ആരും സ്പർശിക്കാതെ നനവു വറ്റാതെ കിടപ്പുണ്ട്. കുഞ്ഞുകാലത്ത് കണ്ട പല ജാതി ചെടികൾ, ഒളിച്ചിരുന്ന് നോക്കി. ചിലതൊക്കെയുണ്ട്. എല്ലാമൊന്നും നശിച്ചിട്ടില്ല എന്ന മട്ടിൽ. നമ്മുടെ കണ്ണിന് വേണ്ടാതായിപ്പോയതാണ് പലതും എന്നേയുള്ളൂ.

(ഈ അദ്ധ്യായം ഇവിടം അവസാനിപ്പിച്ച് ഞാൻ ഞെളിഞ്ഞിരുന്നതാണ്. രണ്ടു ദിവസം കഴിഞ്ഞപ്പോൾ നെഞ്ചിൻകൂടത്തിന്റെ താഴെ തുഞ്ചത്തൊരു കഴപ്പ്. ഇടയ്ക്ക് വരുന്നതാണ്. ഓർമ്മ വന്ന് പറഞ്ഞു: മനസ്സിലായോ ഈ വേദന. ഇതിനെ പഴയ മഞ്ഞപ്പട്ടിയുടെ വേദനയുമായി കൂട്ടിക്കെട്ട്. ഇത്ര നാൾ സൂചന കിട്ടിയില്ലെങ്കിൽ ഇനി പറയാം. ആ വേദനയ്ക്ക് ബദലാണിത്.)

ഓർക്കാം.

എന്റെ അടുത്ത സുഹൃത്തും ഞാനും കൂടി നേർക്കു നേരെ എറിഞ്ഞ് പന്തു പിടിച്ച് കളിക്കുകയായിരുന്നു. ഭയങ്കര കട്ടിയുള്ള ഒരു തരം റബർ ബോളായിരുന്നു അന്ന് കിട്ടുന്നത്. ക്വാളിറ്റിയില്ല. നല്ലൊരു അടി കിട്ടിയാൽ രണ്ടായി പിളർക്കും. അതുകൊണ്ടാണ് എറിഞ്ഞ് പിടിക്കാൻ ഉപയോഗിച്ചത്. ഭയങ്കര ആരോഗ്യമുള്ള ആളായിരുന്നു കൂട്ടുകാരൻ. ദൂരെ അച്ഛൻ ഇഞ്ചി പറിച്ചു മാറ്റിക്കൊണ്ടിരിക്കുകയാണ്. ചെടി ഒടിച്ച് ഇഞ്ചി മാറ്റുമ്പോഴുള്ള മാസ്മര ഗന്ധം പോലെ മറ്റൊന്നില്ല. അതൊന്ന് മണം പിടിച്ചപ്പോ ശ്രദ്ധ മാറിപ്പോയി. മാറിക്കോയെന്ന് പറഞ്ഞതു കേട്ടതും, ആ പന്ത് വന്ന്, ഇപ്പോഴത്തെ വേദനയുണ്ടാക്കിയ നെഞ്ചിൻകൂടിന്റെ താഴെ തുമ്പിൽ ആഞ്ഞു പതിച്ചു. ഞാൻ വീണു പോയി. വേദനയുണ്ട്. വിളിക്കാൻ വയ്യ. അച്ഛൻ കാണരുത്. മെല്ലെ എഴുന്നേറ്റു. പൊത്തിപ്പിടിച്ച് അങ്ങനെ ഇരുന്നു പോയി. കൂട്ടുകാരൻ സ്തംഭിച്ചു നില്ക്കുകയാണ്. അന്ന് ഉള്ളിൽ കരഞ്ഞ കീയെന്ന കരച്ചിൽ, ആ പട്ടി കരഞ്ഞതു പോലെ ത

ന്നെയായിരുന്നുവെന്ന് ഇപ്പോ ഓർമ്മ വരുന്നു. ജാഗ്രതയോടെയിരുന്നാൽ, ചെയ്ത ദ്രോഹത്തിന്റെ കണക്കുകൾ നമ്മൾ അനുഭവിച്ചുകൊണ്ടേയിരുന്നത് ഇനിയും അറിയാൻ പറ്റും. ചോറിൽ വീണ മഞ്ഞച്ചൂണ്ട, ഈ മഞ്ഞപട്ടിക്കിട്ടു കൊടുത്ത എറി എന്നിങ്ങനെ.. അങ്ങനെ ഞാൻ വെള്ളത്തെക്കുറിച്ച് ജാഗ്രതയോടിരുന്നപ്പോൾ അറിഞ്ഞതാണ് ഇത്. വെള്ളം എന്നെ അനുഭവിപ്പിക്കാൻ കിടക്കുന്നതേയുണ്ടായിരുന്നുള്ളൂ.

വിട്ടുപോയത്: ദൈവം മരിച്ചു. പീണിക്കോഴിക്ക് എന്തു പറ്റിയെന്ന് അറിയില്ല. അമ്മയ്ക്കും ഓർമ്മയില്ല. അതിനെ കാണാതായി.

6

പുളവൻ

കായലിനും കടലിനുമിടയ്ക്ക് ഒരു കൊച്ചു വീടും പുരയിടവും വാങ്ങിക്കണമെന്ന് ഞങ്ങൾ കുറച്ചു കൂട്ടുകാരന്മാർക്ക് തോന്നി. നമ്മുടെ ഉള്ളിൽ അറിയാതെ കിടക്കുന്ന വെള്ളത്തിനോടുള്ള അഭിനിവേശം ചെയ്യിക്കുന്നതാണെന്ന് അന്ന് തോന്നിയില്ല. പുറപ്പെട്ടു. ഞങ്ങളുടെ വീട്ടിൽ നിന്ന് കഷ്ടിച്ച് മൂന്നാലു കിലോമീറ്ററിനുള്ളിൽ തന്നെ ഉഗ്രനൊരു സ്ഥലം കണ്ടു.

സ്കൂളിൽ എന്നെ പഠിപ്പിച്ച ടീച്ചർക്ക് കുറേ സ്ഥലം അവിടുണ്ട്. അന്വേഷിച്ചപ്പോൾ ടീച്ചർ പറഞ്ഞു: "രസത്തിനാണെങ്കിൽ ഒ കെ. എന്റെ അച്ഛനൊക്കെ കണ്ടമാനം തേങ്ങ വെട്ടിയിരുന്ന സ്ഥലമാണ്. കാറ്റുവീഴ്ചയും മണ്ഡരിയും. കടലു കയറുന്നു. ഉപ്പംശവും. പുരയിടം, ഇന്നാള് അളന്നപ്പോൾ ഒരുപാട് കുറവ്. അത് മനസ്സിൽ വേണം."

എന്നിട്ടും പിന്മാറിയില്ല. മനുഷ്യൻ തീരുന്നു. പിന്നാണോ മണ്ണ്. വീണ്ടും ചെന്നു. കൂട്ടത്തിൽ ഒരു സുഹൃത്തിന് ഉച്ചയ്ക്ക് ഗൾഫിൽ പോകണം. അതുകൊണ്ട് വെളുപ്പാൻകാലത്താണ് യാത്ര. ഇന്നൊരു തീരുമാനമുണ്ടാകണം. ചെന്നപ്പോൾ പ്രദേശത്ത് ആറേഴു ലോറി നില്പ്പുണ്ട്. കടൽമണ്ണ് നിറയ്ക്കുകയാണ്.. ആറ്റുമണ്ണുമായി ചേർത്ത്, ഇളക്കി വീണ്ടും ലോറികളിൽ നിറച്ച് കൊണ്ടു വില്ക്കാനാണ് പരിപാടി. മിക്സു ചെയ്യാനുള്ള യന്ത്രങ്ങളുണ്ട്. കേരളത്തിൽ പൊങ്ങി വരുന്ന പല ഫ്ളാറ്റുകളിലും വീടുകളിലും പലതിലും ഉപ്പംശമുള്ള ഈ മണ്ണാണ്. ഇതുകൊണ്ടാണ് ഇപ്പോൾ വീടിന്റെ അറ്റകുറ്റപ്പണികൾക്കുള്ള സാധനങ്ങളുടേത് കോടികളുടെ വ്യവസായമാണ്. ഉത്തരത്തിൽ തുള വീണാൽ അടയ്ക്കാനും പൂപ്പൽ ഇളകിപ്പൊരിഞ്ഞിളകലിനും വൈറ്റ് സിമന്റിൽ ചേർക്കുന്ന വിധം പല വിധ പശകൾ. പുറമേക്കുള്ള കസർത്തേയുള്ളൂ.

പിന്നെയും കുറേ കഴിയുമ്പോൾ പൊരിഞ്ഞിളകും. വെള്ളത്തെ തടയാനാവില്ല.

ഞങ്ങൾ വാങ്ങിക്കാനുദ്ദേശിക്കുന്ന വീട്ടിലേക്ക് ചെന്നു. അവിടൊരു കിളവനുണ്ട്. അയാളാണ് ഉടമ. ലോറികളുടെ അടുത്തു നിന്ന് ഒരുത്തൻ ഞങ്ങളെ കണ്ട് അങ്ങോട്ട് കേറി വന്നു. കുടിച്ചിട്ടുണ്ട്. ആരോ ചോദിച്ചു: "ഇത്ര വെളുപ്പിനെ എവിടുന്ന് കിട്ടി?"

"സാറിന് വേണോ? ഇവന്മാരുടെ കൈയിൽ സാധനമുണ്ട്. ഇല്ലെങ്കിൽ ഞാൻ പ്രശ്നമുണ്ടാക്കും. അതുകൊണ്ട് എനിക്ക് എന്നും കൊണ്ടുവരും."

അവൻ ചോദിച്ചു: "എന്തിനാ വന്നത്?"

ഞങ്ങൾ കാര്യം പറഞ്ഞു.

അവന്റെ വിധം മാറി: "ഞാനവിടെ താമസിക്കുന്ന കിളവന്റെ മരുമകനാണ്. പാതിക്കാശ് എനിക്കൊള്ളതാ. അതു തരാതെ കച്ചോടം നടക്കത്തില്ല. അല്ലാതെ ഇവിടൊരുത്തനും പൊറുക്കത്തുമില്ല."

ഞങ്ങൾ പറഞ്ഞു: "ആലോചിക്കാം."

കിളവനെ പോയി കണ്ടു. അയാൾ അപ്പുറത്ത് സ്വന്തം പുരയിടത്തിലിരുന്ന് കായലിൽ ചൂണ്ടയിട്ടുകൊണ്ടിരിക്കുകയായിരുന്നു. ഞങ്ങൾ പറഞ്ഞോണ്ടിരിക്കെ, അതിലൊരു ചെറിയ പാര കൊരുത്തു. കടൽമീനാണ്. ഉപ്പംശമുള്ള കായലിൽ ഉണ്ടാകുമെന്നത് പുതിയ അറിവായിരുന്നു.

അപ്പോ, മൂപ്പിലാന്റെ മരുമകൻ പിറകീ വന്നു നിന്നു ചോദിച്ചു.

"ഇയാള്.. പുരേടം വില്ക്കാൻ പോകുന്നെന്ന് കേട്ടു."

കിളവൻ മിണ്ടിയില്ല.

മരുമകൻ ബഹളമൊണ്ടാക്കി: "എങ്കീ പിന്നെ ഇയാളിത് വില്ക്കുന്നതൊന്ന് കാണണം." അവൻ ഞങ്ങളടുത്ത് പറഞ്ഞു.

"ഇതിന് പട്ടയോം പ്രമാണോന്നുമില്ല. തീരനിയമത്തിന്റെ കീഴിലാ. മാത്രമല്ല, നല്ലൊരു തിരയടിച്ചാ.. തീർന്നു. ഞാനിയാളുടെ മോളേം കൊണ്ട് ഇവിടെ പൊറുക്കാൻ വന്നപ്പോഴാ, രാത്രി നമ്മടെ പുറത്തു കൂടി തിര ഇഴഞ്ഞു നടക്കുകയാ..."

തിരിഞ്ഞിരിക്കുന്ന ആ കിളവൻ, ഒന്ന് തിരിഞ്ഞു നോക്കുകയോ എന്തെങ്കിലും മറുത്തു പറയുകയോ ചെയ്തില്ല. പ്രതിമ പോലെ ഇരുന്നു.

അവൻ ചൂടായി തുടർന്നു: "ഇവിടുന്നുള്ള സകല കടൽമണ്ണും ഞാൻ ലോറിക്കാർക്ക് വില്ക്കും. അതോടെ കടലു കേറിവരും. തല്ലിക്കൊന്നാലല്ലേ കേസാവത്തുള്ളൂ. തന്നെ കടലിനെ കൊണ്ട് ഞാൻ പൊക്കും."

കടലിനും കായലിനുമിടയിൽ, ഒരു കടലടിയുടെ ആയത്തിൽ മാത്രം, ജീവൻ തങ്ങി നില്ക്കുന്ന ആ വൃദ്ധനെ കൊല്ലത്തെ കരിമണലുള്ള തീരങ്ങളിൽ സങ്കല്പിച്ച് ഞാനൊരു പുസ്തകമെഴുതി. ഇത് എന്റെ എഴുത്തുചരിത്രമോ അതിന്റെ ഊറ്റമോ അല്ല. വെള്ളവുമായി ബന്ധപ്പെട്ടതായതു കൊണ്ട് നിവൃത്തിയില്ലാതെ പരാമർശിക്കുന്നതാണ്.

പത്തു പന്ത്രണ്ടു കൊല്ലം മുമ്പുള്ള കാര്യമാണ്. ഈ പുസ്തകത്തിന് വേണ്ടിയുള്ള അന്വേഷണത്തിനിടയിൽ, അന്ന് ഭൗമപഠനകേന്ദ്രത്തിലെ ഒരു പരിചയക്കാരൻ കേരളത്തിന്റെ ഒരു ഉപഗ്രഹ ചിത്രമെടുത്തു കാണിച്ചിട്ട് പറഞ്ഞു: "നിങ്ങളുദ്ദേശിക്കുന്ന ഈ പ്രദേശം അകത്തേക്ക് അതിവേഗം തള്ളുകയാണ്. ഭൂപടം മാറുകയാണ്. ഏറ്റവും കടലാക്രമണ ഭീതിയുള്ള ഏറ്റവും ദുർബ്ബലമായ പ്രദേശവും ഇവിടെയാണ്."

പുസ്തകത്തിനൊരു ക്ലൈമാക്സ് വേണമെന്ന് കരുതിയപ്പോൾ, അതാണ് മനസ്സിൽ വന്നത്. ദുർബ്ബലമായ പ്രദേശങ്ങളിലൂടെ കടൽ വന്ന് കായലിലേക്ക് മറിയും. രണ്ടും കൂടിച്ചേരുന്നിടത്ത് നായകന്റെ ദേഹത്തു കൂടെ വെള്ളം ഒഴുകുന്നിടത്ത് അവസാനം. ആ പാരമീനെ ചൂണ്ടയിട്ട കിഴവനായിരുന്നു മനസ്സിൽ.

അന്ന് സൂനാമിയെന്ന പ്രതിഭാസം കേട്ടിട്ടില്ല. പുസ്തകം പുറത്തിറങ്ങി ഒന്നോ രണ്ടോ കൊല്ലം കഴിഞ്ഞപ്പോൾ സൂനാമി വരുന്നു. പുസ്തകത്തിന്റെ അവസാനം അതേ പടി സംഭവിക്കുന്നു. മരിച്ചത് നൂറിലേറെ പേർ. സൂനാമിയുടെ പിറ്റേന്ന് ഞാനാ മരണതീരത്ത് വന്നിറങ്ങി. ഏറെ സഹായിച്ച, ഒപ്പമുണ്ടായിരുന്ന, പുസ്തകത്തിന് മുൻകുറിപ്പെഴുതിയ മത്സ്യത്തൊഴിലാളിയായ സുഹൃത്ത് ഉണ്ടോ ഇല്ലയോ? ദുരിതാശ്വാസ ക്യാംപുകളിൽ കയറിയിറങ്ങി അനൗൺസ് ചെയ്തു. അദ്ദേഹത്തിനും കുടുംബത്തിനും കുഴപ്പമില്ലായിരുന്നു.

സൂനാമിയുമായി ബന്ധപ്പെട്ട് അടുത്ത വേദന തമിഴ്നാട്ടിലെ കുളച്ചൽ ഭാഗത്തായിരുന്നു. അവിടെ പോയി. കടൽത്തീരത്തൂടെ.. തകർന്ന പാലങ്ങൾ, പള്ളിമുറ്റത്ത് ഒരുമിച്ച് കുഴിയെടുത്ത് അടക്കിയ കുഴി. അതിന് മേലേ, അശുദ്ധ ഗന്ധം പോകാൻ, എക്സോസ്റ്റ് പൈപ്പുകൾ കുത്തിനിർത്തിയിരിക്കുന്ന ഭീകരകാഴ്ചകൾ.. വെള്ളം ഈ വിധമൊരു ചതി ചെയ്തല്ലോ.

സൂനാമിക്കു ശേഷം, തീരങ്ങളിൽ വലിയ ഭീതിയായി. കടലിൽ വെള്ളം അകത്തേക്ക് വലിയുന്നുവെന്ന സംശയം പലപ്പോഴുണ്ടായി. ഒരിക്കൽ കടപ്പുറത്തിരുന്ന് രണ്ടു മൂന്ന് കിലോമീറ്ററിനകത്തുള്ളവർ ജാഗ്രത പാലിക്കണമെന്ന് അറിയിപ്പു വരെ വന്നു. കൊല്ലത്ത് എന്റെ വീടിനടുത്തു നിന്ന് പലരും ഒഴിഞ്ഞു. അമ്മ പോയില്ല. വെള്ളം തന്നല്ലോ എന്നു പറഞ്ഞു.

സൂനാമി വന്നിട്ട് പത്താം കൊല്ലമായി. ഇടവപ്പാതിക്ക് ഞാൻ കരിമണൽപ്രദേശത്ത് പോയി. പഞ്ചായത്തിന്റെ കിഴക്കേ അറ്റത്ത്, അമിത ഖനനം മൂലം കര മെലിഞ്ഞ് കൃത്രിമമായ ഒരു അഴിമുഖം ആദ്യമായി ഉണ്ടായി. കടൽ കായലിലേക്ക് അടിച്ചു കയറുന്ന ജലപാത. അപ്പുറത്തെ ഭാഗവുമായി ബന്ധം ഇല്ലാതായി. അല്ലെങ്കിൽ തന്നെ അപ്പുറം നേരത്തേ തന്നെ രണ്ടു സ്കൂൾ ഉള്ളത് പൂട്ടിയിരുന്നു. ഞാൻ ചെന്നു നിന്ന പ്രദേശങ്ങളിലൊക്കെ വെള്ളപ്പശപ്പ് കയറി, മിക്ക വീട്ടുകാരും വീടുപേക്ഷിച്ചു പോയിരിക്കുന്നു. മിക്കവർക്കും കടൽ വേണം. അതിനാൽ പഞ്ചായ

ത്തിന്റെ കിഴക്കോട്ടാണ് മാറുന്നത്. ആ തീരം ഇല്ലാതാകുന്നു. മണൽ സർക്കാർ എടുക്കണോ സ്വകാര്യക്കാർ എടുക്കണോ എന്നതാണ് തർക്കം. ജനത്തിന്റെ കാര്യം പറയുന്നില്ല. ഏത് പരിസ്ഥിതി നാശത്തിലും, ഏത് ഉപ്പിലും പ്രതീക്ഷപോലെ വളരുന്ന അടുമ്പി വള്ളികൾ പോലും വളരെ കുറഞ്ഞു. കായലിനും കടലിനുമിടയിലുള്ള വിശാലമായ പൊഴി മണ്ണിൽ അടുമ്പി വള്ളികൾ മണ്ണിലൂടെ പരസ്പരം കോർത്തു വളർന്നു കയറുന്ന ചിത്രം ഏറ്റവും മനോഹരമാണ്. അവിടെ ആ അഴിമുഖത്തു വെള്ളം അടിച്ചു കയറുന്നതിന്റെ കരയിൽ ദുർബ്ബലമായ ഒരു ചിന്നച്ചെടി യുണ്ടായിരുന്നു. കണ്ടൽവംശത്തിലുള്ളതാണ്. ചിന്നക്കട എന്ന കൊല്ല ത്തിന്റെ കേന്ദ്രപ്രദേശം ചിന്നയിൽ നിന്നുള്ള കറ ഊറ്റി വില്ക്കുന്ന കട കൾ കിടന്ന സ്ഥലമായതു കൊണ്ടെന്ന വാദമുണ്ട്. ആ കറ കൊണ്ടാണ് വലയുടെ കയറും വള്ളവും ബലപ്പെടുത്തിയിരുന്നത്. ചിന്നക്കട കടലു മായി അത്രയുമടുത്തുമാണ്. പക്ഷേ, അത് ചീനക്കടയാണെന്നും വ്യാപാ രകേന്ദ്രമായിരുന്നുവെന്നതിനും ഊന്നൽ കിട്ടി. ചരിത്രം അങ്ങനെയാണ്.

ആ അഴിമുഖത്തു നിന്ന് നോക്കിയാൽ ദൂരെ ഐ ആർ ഇയിൽ നിന്ന് മണൽകൊണ്ടു പോകാൻ ഉപയോഗിച്ചിരുന്ന റയിൽപ്പാതയുടെ അവശിഷ്ടങ്ങൾ കായലിന് കുറുകെ കാണാം. ഉപേക്ഷിച്ചിട്ട് കാലങ്ങ ളായി. അത് യഥാർത്ഥ പാളമാക്കി ചിത്രീകരിച്ച്, ഞാനൊരു സിനിമ ചിത്രീകരിച്ചതും ആ കായലിന്റെ തീരത്താണ്. നമുക്ക് ഇഷ്ടപ്പെട്ട ചെളി യുടെ ഗന്ധം ആസ്വദിച്ചുകൊണ്ട്. കുറേ ദിവസം, വെള്ളക്കെട്ടിൽ കിടന്നാ യിരുന്നു ഷൂട്ടിങ്. അങ്ങനെ എവിടെ ചെന്നാലും വെള്ളത്തെ തന്നെ ചുറ്റി നില്ക്കാനായി വിധി.

കായലിനെയും കടലിനെയും അഥവാ നദിയെയും കടലിനെയും വേറിട്ടു നിർത്തുന്ന മൺതിട്ട (പൊഴി) മുറിച്ചു വിടുന്നത് പല വട്ടം കണ്ടി ട്ടുണ്ട്. കാലവർഷസമയത്തൊക്കെ വെള്ളപ്പറ്റുള്ള സ്ഥലങ്ങളിൽ ചുറ്റി പ്പറ്റുന്നതുകൊണ്ടാണിത് കാണുന്നത്. പക്ഷേ, അതൊരു അദ്ഭുതക്കാ ഴ്ചയായി തോന്നിയതും അതിന് സാക്ഷിയായതും പൂവാറിൽ വച്ചാണ്. കാലവർഷം കൊടുമ്പിരി കൊള്ളുന്ന ഒരു ജൂലൈ.

അപ്രതീക്ഷിതമായി പൂവാർ എന്നൊരു ബസ് കണ്ട് ചാടിക്കയറി യതാണ്. ആ സ്ഥലം തിരുവനന്തപുരത്ത് വിഴിഞ്ഞത്തിന് പത്തു പതി നഞ്ചുകിലോമീറ്റർ തെക്കാണ്. അവിടെ പുഴ, കായൽ, കടൽ സംഗമി ക്കുന്ന അപൂർവ്വം അഴിമുഖങ്ങളിലൊന്ന്. ചതുപ്പും വെള്ളവും കണ്ട പോത്തിനെന്ന പോലെ ഉള്ളിനൊരു ആനന്ദം. നദീമുഖം വിശാലമായി വെള്ളം നിറഞ്ഞു നില്ക്കുകയാണ്. നദി വന്ന് കടലിനെ തൊട്ടു നില്ക്കു കയാണ്. കൊട്ടി വിളിക്കുകയല്ല. ശ്വാസംമുട്ടി ആഞ്ഞാഞ്ഞ് മുട്ടുകയാ ണ്. കുറച്ചു കഴിഞ്ഞപ്പോൾ ഒരു ബോട്ടിൽ കുറച്ചു പേർ വന്നിറങ്ങി. എ ന്നോട് പറഞ്ഞു: “മാറി നില്ക്കണം.” ഞാനൊരല്പം മാറി. “അങ്ങനല്ല. ഈ പരിസരത്തൊന്നും നില്ക്കാൻ പാടില്ല.” എന്തോ കുറ്റം ചെയ്തവ നെ പോലെ ഞാൻ നിന്നപ്പോൾ അയാൾ പറഞ്ഞു: “മണൽത്തിട്ട് വെട്ടി

പ്പൊട്ടിക്കാൻ പോവുകയാണ്."

കുറേ പണിക്കാരെയും കണ്ടു. പിന്നെ സംസാരിച്ചപ്പോൾ മനസ്സിലായി. ഇറിഗേഷനിലെ ഉദ്യോഗസ്ഥരാണ്. അവർക്കാണ് ഇതിന്റെ ചാർജ്. ഞാൻ ദൂരെ നില്ക്കുകയാണ്. അല്പം പൊട്ടിച്ചതേ സകല കെട്ടും പൊട്ടിച്ച് പുഴയിലെ വെള്ളം കടലിലേക്ക് വീണു. പിന്നെ കണ്ട കാഴ്ച. എത്ര കാലമായി കാത്തുനിന്നിട്ടെന്ന വിധം, കടലിൽ നിന്ന് കണമ്പ്, മുരൾ പോലെ നൂറു കണക്കിന് മീനുകൾ അഴിമുഖത്തേക്ക് പ്രവഹിക്കുകയാണ്. അവ മത്സരിച്ച് എടുത്തു ചാടുമ്പോൾ പലതും കരയിൽ വീഴുന്നു. നിമിഷനേരം, അവിടെ കടൽക്കാക്കകളും പരുന്തുകളും വട്ടമിട്ടു. എത്ര കാലമായി, പ്രസവിക്കാൻ വയറുമുട്ടിയിട്ടെന്ന വിധം.. അവ പായുകയാണ്. അതും നോക്കി നില്ക്കെ, വിടവ് വളർന്നു. അട്ടിയട്ടിയായി മണ്ണു അടർന്നു വീഴുന്നു. ഒരു പരുന്ത്, കരയിലേക്ക് പിടഞ്ഞു വീണ ഒരു തിരുത മീനിനെ റാഞ്ചാനായി താഴ്ന്നതും തിട്ട ഇടിഞ്ഞ് ആ മീനെ വെള്ളം ഉൾക്കൊണ്ടു. അടുത്ത നിമിഷം ചിറക് വെള്ളം തട്ടി കുതിർന്ന് പരുന്ത് ഒരു ചുഴിയെന്ന വിധം, ആ മഹാപ്രവാഹത്തിൽ കറങ്ങി. പറന്നുയരാൻ കഴിയുന്നതിന് മുമ്പ്, വെള്ളം പിന്നെയും പിന്നെയും അതിന്റെ മീതെ വീണു അത് ചുഴിയിലേക്ക് അപ്രത്യക്ഷമായി. ഇടയ്ക്ക് അതിന്റെ ചാരപ്പുള്ളിയുള്ള നനഞ്ഞ ചിറകു മാത്രം ഒന്നു രണ്ടു തവണ കാണുമാറായി. പുഴ എന്റടുത്തേക്ക് തിടം വച്ച് വളർന്നു. ഞാൻ ഈ കാഴ്ച കൂടി കണ്ടതിന്റെ ഭയത്തിൽ ഒതുങ്ങി നിന്നു. ഉദ്യോഗസ്ഥൻ അസഹിഷ്ണുതയോടെ പറഞ്ഞു: "പറയും മുമ്പ് തിട്ടിടിഞ്ഞ് വീഴും. പോ." ഞാൻ ദൂരേയ്ക്കോടി. ഹോ. ഒരു ജീവനെടുക്കാൻ വന്ന പരുന്ത്. ആഹാരമാകുമെന്ന് കരുതിയ മീൻ ജീവിക്കുകയും ആഹരിക്കാൻ വന്ന ജന്തു പ്രകൃതിക്ക് ഇരയാവുകയും ചെയ്യുന്നു.

വെള്ളത്തിന്റെ മഹാവേഗത്തിന്റെ ഒരു ചെറിയ മുഖം കണ്ടത് അന്നാണ്. അഴിമുഖങ്ങൾ തുറന്നു കിടക്കേണ്ടതിന്റെ ആവശ്യം അന്നാണ് ബോദ്ധ്യപ്പെട്ടത്. പൊഴി അഴിയായി കിടക്കണം. അഴിമുഖത്തെ, ശുദ്ധജലത്തിൽ പ്രസവിക്കുന്ന പതിനായിരക്കണക്കിന് മത്സ്യങ്ങൾ, ഗർഭം തിങ്ങുമെങ്കിലും, ഒരു പ്രസവമുറി ഇല്ലാതെ കടലിൽ പെറ്റിട്ട്, ഉപ്പുവെള്ളത്തിൽ നശിച്ചു പൊയ്ക്കോണ്ടേയിരിക്കുന്നുണ്ടാകും. വേളിയിൽ തിരുവനന്തപുരം നഗരത്തിന്റെ മാലിന്യം കെട്ടി അടിഞ്ഞു കിടക്കുന്നു. ജനത്തിൽ വലിയൊരു വിഭാഗം അഴിയാക്കാൻ ആവശ്യപ്പെടുന്നു. തിരുവനന്തപുരം ഡെങ്കിപ്പനിയുടെ ലോക തലസ്ഥാനമാകുന്നതിൽ ഒരുകാരണവും അതിലുണ്ടെന്ന് വാദിക്കുന്നു. മത്സ്യകുലത്തിന്റെ പ്രാണൻ അതിലുണ്ടെന്നത് തിട്ടം. ഇതുവരെ ഒരു തീരുമാനമെടുക്കുന്നില്ല. വർഷാവർഷം പോള വാരിക്കളയുന്നതും മൺഭിത്തി മാറ്റുന്നതുമൊക്കെയായി ബന്ധപ്പെട്ട വലിയ ലോബിക്ക് ഈ മത്സ്യങ്ങളുടെ പ്രസവവേദനയൊന്നും പ്രശ്നമല്ല.

ഇപ്പോൾ ആലോചിക്കുമ്പോൾ, ഞാൻ എന്റെ വയലു വിട്ട് പോയി

ടത്തെല്ലാം ജലസാന്നിദ്ധ്യമുണ്ടായിരുന്നു. ജോലിക്കു പോയിടത്തെല്ലാം തൊട്ടടുത്തോ കാണാവുന്നിടത്തോ, ഒരു ചെറിയ തോടെങ്കിലും ഉണ്ടായിരുന്നു. ചെയ്ത ജോലികളിൽ, എടുത്ത പല എഴുത്തുകൾ, പുസ്തകങ്ങളിലൊക്കെ അന്തർദ്ധാര നദിയോ കടലോ ആയി വന്നു.

വിവാഹം കഴിഞ്ഞു. ഭാര്യയുടെ അച്ഛന് വിഴിഞ്ഞത്തിനടുത്ത് കടപ്പുറത്തുള്ള ഒരു തെങ്ങിൻപുരയിടം ഉണ്ടായിരുന്നു. എന്റെ വീടിനേക്കാൾ അടുത്താണ് അവിടെ കടൽ. പുളിവെള്ളം, അഥവാ ഉപ്പു കലർന്ന ഓരുവെള്ളം വരുമ്പോ, കണവ ഉൾപ്പെടെയുള്ള കടൽമീനുകളെ സ്വന്തം തോട്ടിൽ നിന്ന് പിടിച്ചിട്ടുള്ള ആളാണ് അദ്ദേഹം. കടലിന്റെ അടിത്തട്ടിലെ ചെളിയും ഓരുമെല്ലാം കുറയുമ്പോൾ വെള്ളത്തിലെ ഓക്സിജൻ കുറഞ്ഞ്, കണ്ണു മറിഞ്ഞ് ലക്കു കിട്ടാതെ, ശുദ്ധജലത്തിൽ വന്നു പെടുന്ന കടൽമീനുകളാണവ. കൊല്ലത്ത് അഷ്ടമുടിക്കായലിലൂടെ ബോട്ടുജെട്ടി വരെ പല തരം കടൽമീനുകൾ വന്ന ചരിത്രമുണ്ടു പോലും. തിരിച്ചുമുണ്ട്. ചില ശുദ്ധജലമീനുകൾ കടലിൽ ചെന്ന് മുട്ടയിടും. ശേഷം ഉപ്പുവെള്ളം കുടിച്ചതിന്റെ ഫലമായി അമ്മമീനുകൾ ചത്തുപോകും. പക്ഷേ, കുഞ്ഞുങ്ങൾ ഉപ്പുവെള്ളത്തിൽ ജനിച്ച്, മരിക്കാതെ നീന്തി കായലിലും പുഴയിലും വരും. ഓരുവെള്ളം കടലിനടിയിലെ ജലപ്രവാഹം ഉണ്ടാക്കുന്നതാണ്. നാഗർകോവിലിൽ ഇന്ന് കലങ്ങിയാൽ, തിരുവനന്തപുരത്ത്, കൊല്ലത്ത് ഒക്കെ മെല്ലെ കലങ്ങും. കൂടംകുളത്തുനിന്നുള്ള അണുപ്രസരണമുള്ള ജലം കേരളത്തിലും പൊങ്ങുമെന്ന് പറയുന്നതിൽ സത്യമുണ്ടാകാം.

എന്റെ അമ്മയുടെ വീടും കടലിന് അടുത്തായിരുന്നു. അവിടെ കൃത്രിമമായ വലിയ കനാൽ കടലിലേക്ക് വരുന്നു. ഗതാഗതത്തിന് രാജാക്കന്മാർ ഉണ്ടാക്കിയത്. കുന്നു തുരന്ന തുരപ്പുകളിലൂടെ പുഴ ഒഴുകും. ശിവഗിരി തുരപ്പ്, പിന്നെ ചിലക്കൂർ തുരപ്പ്.. ചിലക്കൂരായിരുന്നു അമ്മയുടെ വീട്. ഞാൻ ആദ്യം കാണുമ്പോൾ ആ തുരപ്പിനടിയിലൂടെ കഷ്ടിച്ച് വള്ളം പോകും. ഊന്നുകാരൻ കുനിയണം. പിന്നെ തൂർന്നു. പുന്ന മരങ്ങളായിരുന്നു തീരം നിറയെ. ബ്ലും ബ്ലും എന്ന് പഴുത്ത പുന്നകൾ വീഴും. താഴേക്കു പോയി, പൊന്തിവരും. തീരത്തൊരു ഉമ്മ ഇരുന്ന് പുന്നഎണ്ണ വില്ക്കുന്നുണ്ടായിരുന്നു. ഒരു തവണ വാങ്ങിയതോർമ്മയുണ്ട്. അതിട്ടു വിളക്ക് കത്തിച്ച്, അതിനടിയിലിരുന്ന് പഠിച്ചപ്പോൾ നല്ലൊരു മണമുണ്ടായി. പിന്നെ ചെല്ലുമ്പോ ആ ഉമ്മയെ കണ്ടില്ല.

തിരുവനന്തപുരത്ത് മാറ്റമായി ജോലിക്കെത്തിയപ്പോൾ, ഭാര്യയുടെ വീട്ടിലാണ് താമസിച്ചത്. പക്ഷേ, പറ്റുന്നില്ല. വെള്ളം കാണാതെയും താഴ്ന്ന ഭൂമിയിലും ജീവിക്കാത്തതിന്റെ അസ്വസ്ഥത. ബസൊക്കെ പോകുന്ന റോഡിനോടു ചേർന്നാണ് വീട്. നമ്മൾ പേക്രോം, പേക്രോം ശബ്ദവും, ചീവീടുമെല്ലാം കൂടിച്ചേരുന്ന താളത്തിലല്ലാതെ ഉറങ്ങിയിട്ടില്ല. ഇവിടെ പാതിരാത്രിക്കും മോട്ടോർ വണ്ടികളുടെ അലർച്ചയാണ്. വരണ്ട കരയുള്ളിടത്തല്ല നമ്മുടെ ജീവിതം പൊലിക്കുന്നത്.

അങ്ങനെയാണ് ഞാൻ അയ്യായിരം ഏക്കറിലേറെ വരുന്ന, അഞ്ചാറു കിലോമീറ്റർ നീളമുള്ള ഒരു വയലിലെ ഒരു തുണ്ടിലേക്ക് വീടു മാറാമെന്ന് കരുതുന്നത്. വയലിന് നടക്കുകൂടെയും കുറുകെയും പുതിയ റോഡുകൾ വന്നു കൊണ്ടിരിക്കുകയാണ്. മുക്കാൽ ഭാഗം നികത്തിക്കഴിഞ്ഞു. നികത്തലിന്റെ ഉത്സവം ഏതാണ്ട് പിന്നിട്ടിരുന്നു. വെള്ളപ്പശപ്പുള്ള മണ്ണിലൊക്കെ വാഴയും മരച്ചീനിയും. ബാക്കിയെല്ലായിടവും അഞ്ചു സെന്റ് വീടുകളുടെ നിര. പ്ലോട്ടാക്കി നിരത്തിയിട്ടിരിക്കുന്ന പുരയിടങ്ങൾ. വില്ലകൾക്കായി വൻകിട കമ്പനികൾ വാങ്ങിച്ചു കൂട്ടിയിട്ടിരിക്കുന്ന ഇടം. നമ്മളതൊരു ആഘോഷമെന്ന് തെറ്റിദ്ധരിച്ച് അതിൽ പങ്കുചേരുകയാണ്.

ഞാൻ വീടു വയ്ക്കാനിരുന്ന വസ്തുവിൽ തെങ്ങുകളെല്ലാം കായ്ചു തുടങ്ങിക്കഴിഞ്ഞു. വെള്ളത്തിന്റെ രണ്ടോ മൂന്നോ ചാലുകൾ ഉണ്ടായിരുന്നത് ഒരു കുറ്റബോധവുമില്ലാതെ, നികത്തി നനവിന്റെ അന്ത്യം പൂർത്തിയാക്കി. എന്നിട്ടും എന്നോടുള്ള കരുണപോലെ, വീടിനെതിരെ കാണാവുന്ന ഒരു കുളവും, ഒരു തോടും, കാട്ടുമടന്തകളുമൊക്കെയുള്ള, രോഗാതുരമായ വയലുകൾ ഇപ്പോഴും എനിക്കായി നനവു സംരക്ഷിച്ചു കാത്തു നില്ക്കുന്നു; എന്റെ കൺമുന്നിൽ.

ഇപ്പോൾ ഈ വയൽ നികത്ത് പ്രദേശത്ത് പെട്ടിട്ട് പത്തു കൊല്ലം. ആ പത്തു കൊല്ലം മുമ്പ്, ഒരുപാടിടത്ത് വെള്ളം ഒഴുകുന്നുണ്ടായിരുന്നു. രാത്രിയിൽ, വയൽ നികത്താനോടുന്ന ടിപ്പറുകളുടെ വെട്ടത്തിലേയ്ക്ക്, ഓടിക്കയറുന്ന തവളകൾ. ഫ്രൂട്ടിയുടെ കവർ പൊട്ടുന്നതു പോലെ, അവയുടെ ജീവൻ പൊട്ടുന്ന ശബ്ദങ്ങൾ. പിറ്റേന്ന് രാവിലെ വയറു പൊട്ടിയതും വയറു വീർത്തതുമായ തവളകളുടെ ജഡങ്ങളുടെ നിര.

അവിടുത്തെ തോട്ടിൽ, ഉഭയജീവിതമുള്ള വലിയ ഓറഞ്ച് ഒച്ചുകൾ നിറയെ ഉണ്ടായിരുന്നു. എന്റെ വീടിന്റെ പണിക്കു വന്ന ഹെൽപ്പർ പയ്യൻ ഒരു വയൽവാസിയായിരുന്നു. അവൻ ഈ ഒച്ചുകളെ നേരത്തെ തിന്നു ശീലിച്ചിട്ടുണ്ട്. വെളുത്ത സുതാര്യമായ പ്ലാസ്റ്റിക് സഞ്ചികളിൽ അവൻ പിടിച്ചു നിറയ്ക്കും. അപ്പോൾ സഞ്ചി ഓറഞ്ചുനിറത്തിലാകും. വീട്ടിൽ കൊണ്ടു ചെന്ന് പുഴുങ്ങി കഴിക്കും. കൊല്ലത്ത് ഞങ്ങളുടെ വയലിൽ വലിയ ഒച്ചുകൾ ഇല്ലായിരുന്നു. ചെറിയ ഇനം.. നത്തയ്ക്കയെന്ന് പറയും. അതേയുള്ളൂ.

ഇപ്പോൾ രാത്രിവേല കഴിഞ്ഞ് ഞാൻ മടങ്ങി വരുമ്പോൾ, തവളകൾ ചാടുന്നില്ല. പക്ഷേ, പട്ടാളം റൂട്ട് മാർച്ച് നടത്തുന്നതു പോലെ, വരിവരിയായി അന്യഗ്രഹജീവികളെ പോലെ ആന്റിന പൊക്കി റോഡ് മുറിച്ചു കടക്കുന്ന ആഫ്രിക്കൻ രാക്ഷസഒച്ചുകൾ. മരനീരും, കായ്ഫലങ്ങളും നീരും ഊറ്റിക്കുടിക്കുകയാണ് വിനോദം. ചെറിയ ശംഖിന്റെ അത്ര വലിപ്പമുള്ളതുണ്ട്. ലോകത്തിലെ ഏറ്റവും വലിയ ഒച്ചാണു പോലും. വീടിനകത്തു വരുന്നത്, ചെറിയ മൂക്കള പോലുള്ള ലായനി പുറത്തേക്ക് വർഷിക്കുന്ന തരം ചെറിയ നനഒച്ചുകളാണ്.

ഇതൊന്നും കൊല്ലത്തെ വീടിലെ വയലിൽ കണ്ടിട്ടില്ല. അമ്മയോട്

അതേക്കുറിച്ച് ചോദിച്ചപ്പോ അമ്മ പറഞ്ഞത് ഇതായിരുന്നു.

പല ജീവികളും ഉണ്ടായിരുന്നു. പക്ഷേ, തമ്മിൽ തല്ലിയും തിന്നുമൊക്കെ അതൊക്കെ അതിന്റെ പാടു നോക്കി ജീവിച്ചു. നമ്മളതിനെക്കുറിച്ചൊന്നും ചിന്തിച്ചിട്ടേയില്ല. ഒരു ശല്യവുമുണ്ടായിട്ടില്ല. നമ്മളും അതുപോലൊക്കെ തന്നെ, അതിന്റെ ഭാഗമായങ്ങ് ജീവിച്ചു.

ഇന്നതല്ല, ചില ജീവികൾ കൂടുന്നു. ചിലത് കുറയുന്നു. ബാലൻസ് എവിടെ?

അമ്മ പറഞ്ഞതു നേരായിരുന്നു. പട്ടി വയലിൽ നക്കിക്കുടിക്കുന്ന ചെളി കലർന്ന വെള്ളം തന്നെയായിരുന്നു, കിണറിൽ നിന്ന് നമ്മളും കുടിച്ചിരുന്നത്. പരസ്പരം ഭക്ഷണത്തിനും നിലനില്പ്പിനുമെല്ലാം ആശ്രയിച്ച് ജീവിക്കുന്ന വലിയൊരു ജീവനിര. അവയുടെ കണക്ഷനുകൾ എവിടെയൊക്കെയോ പൊട്ടിപ്പോയിരിക്കുന്നു; നമ്മുടേതും. നമ്മൾ കൃത്രിമ ജീവിയായി ഏതാണ്ട് മാറിക്കഴിഞ്ഞിരിക്കുന്നു. അതല്ലായിരുന്നു നമ്മൾ.

കൊല്ലത്തെ വയൽവീട്ടിൽ ഇപ്പോഴുള്ള കിണർ, മൂന്നാമത്തേതാണ്. രണ്ടിടത്തും ഒരു പരിധി കഴിഞ്ഞപ്പോൾ വെള്ളത്തിൽ ചെളി കൂടി. നിറം കലങ്ങി. അച്ഛനൊറ്റയ്ക്ക് കുഴിക്കും. മൂന്നു തൊടി താഴ്ത്തിയാൽ മതി. പുതിയ കിണർ ആയി.

മണ്ണൊലിച്ച് തൂർന്ന് നികത്തിയതല്ലാതെ, വയലുകളുടെ അത്ര ആഘാതം കുളങ്ങളുടെ കാര്യത്തിൽ ഉണ്ടായില്ല. തിരുവനന്തപുരത്ത് ഞാൻ താമസിക്കുന്ന ഒന്നു രണ്ടു കിലോമീറ്റർ പരിസരത്ത് പത്തു മുപ്പത് കുളമുണ്ട്. പലതും വലുത്. വലിയ പരിസ്ഥിതി തമാശ, തലസ്ഥാനത്തെ ഭൂഗർഭ ജല അതോറിറ്റിയുടെ കേന്ദ്രആഫിസ് കുളം നികത്തിയാണ് ഉണ്ടാക്കിയതെന്നതാണ്. എന്റെ ഒരു പരിസ്ഥിതിക്കൂട്ടുകാരൻ ഒരിക്കൽ ബൈക്കിൽ അതിന്റെ മുന്നിലെത്തിയപ്പോൾ ദേഷ്യപ്പെട്ടു: "ഞാനൊക്കെ നീന്തിപ്പഠിച്ച ചിറയായിരുന്നെടാ ഇവിടം. ഇവിടെ പത്തു നില കെട്ടിടം ഉണ്ടാക്കി, അതിന്റെ മുകളിലെ ഏ സിയിലിരുന്ന് ഇവന്മാർ ഭൂഗർഭജലം എങ്ങനെ സംരക്ഷിക്കാമെന്ന് പഠിപ്പിക്കുകയാ.."

ഞാനൊന്നും മിണ്ടിയില്ല. ഞാനൊട്ടും ശുദ്ധനല്ല. അച്ഛൻ പൊന്നുപോലെ, കാത്ത് അറബിക്കടലുമായി ഘടിപ്പിച്ചു വച്ചിരുന്ന വയലിന്റെ ജലത്തെ, അതിന്റെ സ്വാഭാവികതയെ അനാഥമാക്കിയതിൽ, മനഃപൂർവ്വമെങ്കിലും വിട്ടെറിഞ്ഞിട്ടു പോയ എനിക്കും പങ്കുണ്ട്. എല്ലാവരും ചെയ്തിനൊപ്പം എന്ന് ന്യായീകരിക്കാമെങ്കിൽ വെള്ളപ്പശപ്പിന്റെ അവസാനമില്ലാതാക്കി വീടു വച്ചത് അത്ര പുണ്യപ്രവൃത്തിയൊന്നുമല്ല, ഭൂമിയെ സംബന്ധിച്ച്.

ഭൂമിയിലെ സ്വാഭാവികമായ ജലത്തെ മണ്ണിട്ടു മൂടി, അതിന്റെ മേൽ കൂര വച്ച ശേഷം, പരിഹാസ്യമായ രീതിയിൽ ഞാൻ രണ്ട് കിണറുതൊടികളിൽ വെള്ളം നിറച്ചു വച്ചു. കൊടുംവയലായിരുന്ന ഇടത്തു ദാഹിച്ച് പല പ്രാവുകളും കിളികളും വന്ന് കുടിക്കുന്നുണ്ട്. പണ്ട് അവയുടെ കേന്ദ്രമായിരുന്നതാണ്. പക്ഷേ, എന്നിട്ടു പോലും, വെള്ളത്തിന്റെ

ആയൊരു ചെറിയ വാവട്ടത്തിലും അതൊരു ജൈവമേഖലയായി. പ്രജനനത്തിന് വെള്ളം കിട്ടാതെ അന്ധാളിച്ചു നടന്നിരുന്ന തവളകൾ വന്ന് മുട്ടമാലകൾ ഇടുമായിരുന്നു. പൊന്മാനുകൾ വരും. വല്ലപ്പോഴുമൊരിക്കൽ കൊട്ടൂടിതവള(വാൽമാക്രി)കളെ പിടിക്കാൻ ഒരു പുളവൻ വന്നു മടങ്ങി. ആ പുളവനെ ഓടിക്കാൻ ഒരു തടിമാടൻ ചേര വന്നു. ചേരയുമായി മുറുമുറുക്കാൻ കീരികൾ വന്നു. ചെറുതവളക്കുഞ്ഞുങ്ങൾ, വാൽ പ്രകൃതിക്ക് മടക്കി നല്കി, ചെടികളിലും പുല്ലുകളിലും എത്തിപ്പറ്റുമ്പോൾ, അതിനെ പിടിക്കാൻ ഉപ്പൻ വന്നു. ഒരു വ്യവസ്ഥ എത്ര എളുപ്പം ഉണ്ടാകും. വെറും ഒരു ടാങ്ക് പാത്രം വെള്ളത്തിന് ചുറ്റുമെന്നോർക്കുക.

7

മുശി (ആഫ്രിക്കൻ)

ആയിരത്തിത്തൊള്ളായിരത്തി എഴുപത്തിയൊൻപത്. കൊല്ലം പ്രദേശങ്ങളിലൊക്ക വെള്ളം പൊങ്ങി. ചെറിയ ഓർമ്മയുണ്ട്. കിഴക്കു നിന്ന് വെള്ളം വന്ന് മറിയുകയാണ്. പെരുമഴ. ഞങ്ങളുടെ കുടിലിനെ എടുത്തുമറിക്കാനെന്ന വിധം തോട് കടന്ന്, കിഴക്കുള്ള സകല വസ്തുക്കളെയും കുത്തി മറിച്ചാണ് വെള്ളത്തിന്റെ വരവ്. വയലെല്ലാം കായലായി മാറി. വയലിൽ മണ്ണു കുത്തി അച്ഛൻ നട്ട മാവിന് ഒരാൾ പൊക്കമെത്തിയിരുന്നു. അതിന്റെ കൊമ്പിലൊരു മീൻകൂട ഇരിപ്പുണ്ട്. ഇപ്പോ അതിനിടയിലൂടെയാണ് വെള്ളമൊഴുകുന്നത്. പരിസരത്തുള്ള അച്ഛന്റെ ബന്ധുക്കളൊക്കെ ഓടി വരികയാണ്. ഞങ്ങളുടെ വീട്ടിലെ സാധനങ്ങളൊക്കെ മാറ്റിക്കൊണ്ടു പോകാൻ. അമ്മ പറഞ്ഞു. നോക്കട്ടെ. പലരും നിർബ്ബന്ധിച്ചപ്പോഴും അങ്ങനെ തന്നെ പറഞ്ഞു. കഷ്ടിച്ച് അരയടി പൊക്കമേയുള്ളൂ, വയലിൽ നിന്ന് ഞങ്ങളുടെ വീടിരിക്കുന്ന തൊടിയിലേക്ക്. പക്ഷേ, തൊടിയിലേക്ക് ഇപ്പോ കേറും കേറുമെന്ന് പറഞ്ഞ് വിരട്ടിയതല്ലാതെ, വീടിന്റെ അടിസ്ഥാനത്തിലെ വെട്ടുകല്ലിൽ പോലും വെള്ളം തൊട്ടില്ല. എല്ലാ മഴക്കാലത്തേയും പോലെ വയൽ കായലായി കിടന്നതല്ലാതെ, ഒരു ശല്യവും ഉണ്ടാക്കിയില്ല. അമ്മ പറഞ്ഞു: "ഒരു കാര്യം അന്ന് മനസ്സിലായി: വെള്ളം അങ്ങനാണ്. കൂടുതലുണ്ടെങ്കി വേഗം കൂടും. അതിന് വേഗമങ്ങ് പോകണം. ആരെയും വെള്ളം ശല്യപ്പെടുത്തില്ല. അതിന്റെ വഴിക്കു പോകും. വഴക്കിന് ചെല്ലില്ല. പക്ഷേ, പോകാനുള്ള വഴി തടയരുത്."

മൂന്നര പതിറ്റാണ്ടിന് ശേഷം ഇപ്പോൾ ആ വയലും കൈയിൽ വച്ച്, അമ്മ അനുഭവിക്കുന്ന പ്രശ്നവും അതു തന്നെയാണ്. ചെറിയൊരു മഴ വന്നാലും വയലിൽ നിന്ന് വെള്ളമിറങ്ങാൻ ബുദ്ധിമുട്ടാണ്. കൃഷി ചെയ്യാൻ

വയ്യ. വെള്ളംകെട്ടി അഴുകിപ്പോകും. വെള്ളത്തിന്റെ പാത എവിടൊക്കെയോ കെട്ടിയടയ്ക്കപ്പെട്ടു. വലിയ തോടുമായും കായലുമായും അവിടുന്ന് കടലുമായും അതിനുണ്ടായ ബന്ധം എവിടെയോ വിട്ടുപോയി. ഇതിപ്പോൾ താഴ്ന്ന പ്രദേശത്തു കിടക്കുന്ന കേരളത്തിലെ എല്ലാവരുടെയും പ്രശ്നമാണ്. നഗരമെന്നില്ല, ഉപനഗരങ്ങളിൽ പോലും ഓരോ പുരയിടങ്ങൾക്കും മതിലായി. അറബിക്കടലിലേക്ക് വഴിയറിയാതെ, കേരളത്തിലെ വെള്ളം അന്തംവിട്ടുനില്ക്കുകയാണ്. പറ്റുന്ന മണ്ണിലെല്ലാം കോൺക്രീറ്റ് കുഴച്ചു തട്ടിയിരിക്കുകയാണ്. താഴാനും വഴിയില്ല. വെള്ളപ്പൊക്കത്തിന്റെ നാടായി കേരളം മാറാനുള്ള സാദ്ധ്യത ചെറുതല്ല. വലിയ വെള്ളപ്പൊക്കങ്ങളല്ല. നൂറു നൂറു പ്രാദേശിക വെള്ളപ്പൊക്കങ്ങൾ.

വെള്ളക്കെട്ടിലായിരുന്നു ജീവിതമെങ്കിലും എനിക്ക് നീന്താനറിയില്ല. അതിനുള്ള ആഴമോ പരപ്പോ ഞങ്ങളുടെ തോട്ടിലില്ല. പക്ഷേ, രണ്ടു തവണ, കടൽ കൊണ്ടു പോകാൻ തുനിഞ്ഞിട്ടുണ്ട്. ഞങ്ങളുടെ കടൽ തന്നെ - ഇരവിപുരത്തേത്. ആദ്യത്തേത് വളരെ ചെറുപ്പത്തിലാണ്. അവധിദിവസങ്ങളിൽ മിക്കവാറും കടപ്പുറത്ത് പോകും. ബന്ധുക്കളുടെയും ചെറുപ്പക്കാരുടെയും നിര. അങ്ങനെ പോകെ ഒരു തിര വന്നു. നില കിട്ടിയില്ല. തല കുത്തി വീണു. വെള്ളത്തിനൊപ്പം കടലിലേക്ക് നിലയില്ലാത്ത വെള്ളത്തിലേക്ക് പോകുന്നത് ഓർമ്മയുണ്ട്. പേടി തോന്നിയതേയില്ല. ഒരു കൗതുകമായിരുന്നു. അച്ഛന്റെ പെങ്ങൾ അസാമാന്യ ധൈര്യമുള്ള സ്ത്രീയായിരുന്നു. അവരാണ് രക്ഷാകർത്താവ്. ഞാനില്ലാതെ ചെന്നിട്ട് കാര്യമില്ലെന്ന് ഓർത്തു കാണും. കടലോളം ഇറങ്ങി ഓടി വന്നു. പിന്നാലെ വന്നൊരു തിര, പാതി വഴി വരെ തിരികെ കൊണ്ടു വന്നപ്പോ കേറി പിടിച്ചു. ഇല്ലെങ്കിൽ പിന്നെ തിരക്കുഴിയിൽ തന്നെ.

രണ്ടാമത്തേത് ഡിഗ്രിക്ക് പഠിക്കുമ്പോഴാണ്. ക്രിസ്മസിന്റെ അന്ന് വൈകുന്നേരമാണ്. അന്ന് കടലിലാണ് ആവേശം. സകല കട്ടമരങ്ങളും ബോട്ടും തീരക്കടലിലുണ്ട്. സന്ധ്യയാകുന്നു. തങ്കശേരി വിളക്കുമാടത്തിൽ നിന്നുള്ള പ്രകാശത്തിന് ഊറ്റം കൂടുന്നു. ഞാനും പോളിയോ ബാധിച്ച, എന്റെ ബന്ധുവുമുണ്ട്. കടപ്പുറത്ത് ആഘോഷവും കണ്ടു കൊണ്ടിരിക്കുകയായിരുന്നു. പെട്ടെന്നാണ് ആരോ പിന്നിൽ നിന്ന് വന്ന് പൊക്കുന്നതായി തോന്നിയത്. തിരിഞ്ഞു നോക്കാൻ ഇട കിട്ടുന്നതിന് മുമ്പ്, കടലിലാണ്. ഒന്ന് രണ്ട് മിനിട്ടു കഴിഞ്ഞപ്പോൾ ബോദ്ധ്യപ്പെട്ടു. ഞാൻ ഉപ്പുവെള്ളമാണ് കുടിക്കുന്നത്. ചുറ്റും ആളുണ്ട്. ആഘോഷത്തിന്റെ ബോധത്തിലും ബോധമില്ലായ്മയ്ക്കുമിടയിൽ ഒരാൾ കിടന്ന് ജീവനു വേണ്ടി പങ്കപ്പാടു പെടുന്നത് ആരും കാണുന്നില്ല. കരയിൽ പോളിയോ പിടിച്ച കാലു വച്ച്, നിസ്സഹായനായി എന്റെ ബന്ധു ഉറക്കെ വിളിക്കുകയാണ്. എന്നിട്ടും ആരും ശ്രദ്ധിക്കുന്നില്ല. ശേഷം ആരാണ് ഇതിനിടയിൽ തൂക്കിയെടുത്ത് എന്നെ കരയിലേക്ക് ഇട്ടതെന്ന് ഓർമ്മയില്ല. പക്ഷേ, എന്നെ കടലിലെടുത്തിട്ട, എന്റൊപ്പം കടപ്പുറത്തിനടുത്തെ ട്യൂട്ടോറിയലിൽ പഠിച്ച കൂട്ടുകാരല്ലായിരുന്നു. അവർ പിന്നിന്നുവരെ ഓർക്കാനും വഴിയില്ല. പിന്നെ

ഞാൻ ഇന്നു വരെ ക്രിസ്മസ് ദിവസങ്ങളിൽ കടപ്പുറം കാണാനായി പോയിട്ടില്ല.

കൊല്ലം സിറ്റിയിലേക്ക് ഞങ്ങൾക്ക് എളുപ്പം ഈ കടപ്പുറം വഴിയാണ്. ബഹളമില്ല. തിരക്കില്ല. പഴയ പരിചയക്കാരുണ്ട്. കടലു കണ്ട് നഗരത്തിലെത്താം. പയ്യെ പോകണമെന്നേയുള്ളൂ. ഏതെങ്കിലും കുഞ്ഞിന്റെ പുറത്തു തട്ടിയാൽ, പിന്നെ എപ്പോ എത്തുമെന്ന് പറയാനാവില്ല. ലോകം അങ്ങനങ്ങ് ഫാസ്റ്റായിട്ട് പോകണമെന്ന ആർത്തി വഴിയിലുള്ള മത്സ്യത്തൊഴിലാളികൾക്ക് കാണണമെന്നില്ല. ഇപ്പോ ബസ് റൂട്ട് കുറവാണ്. കുഞ്ഞിലേ ഞങ്ങൾ വന്ന് ഇരുന്ന വിശാലമായ പ്രദേശങ്ങളിൽ കടലാണ്. തങ്കശേരിയിൽ ബ്രേക്ക് വാട്ടർ എന്ന പേരിൽ, കടലിനെ തുളഞ്ഞ്, പാറനിരത്തി, അകത്തേക്ക് വഴിയുണ്ടാക്കിയതോടെ, തെക്കോട്ട് തിരയ്ക്ക് ശക്തി കൂടി. ബ്രേക്ക് വാട്ടറിന്റെ പണി തീരും മുമ്പൊരു അവധി ദിവസം, ഞാൻ അതിന്റെ മുകളിലൂടെ നടന്നിട്ടുണ്ട്. നമ്മുടെ നിഴൽ നോക്കി, മീനുകളുടെ കൂട്ടം പിന്നാലെ പിന്തുടർന്നു.

ഇങ്ങനെ വീണും നടന്നും ജീവിച്ച, ഈ വെള്ളക്കെട്ടിന്റെ യഥാർത്ഥ വഴികൾ തിരിച്ചറിയുന്നത്, ഇടവപ്പാതി തുടങ്ങി, ആദ്യമായി വെള്ളം കയറുമ്പോഴാണ്.

ഇടയ്ക്ക് വഴക്കാവുന്ന അച്ഛനും അദ്ദേഹത്തിന്റെ വല്യച്ഛന്റെ മകനുമായി രഞ്ജിപ്പിലെത്തുന്നത് ഈ നേരത്താണ്.ആദ്യത്തെ മഴയത്ത്, ഒരു വാഴയില വെട്ടി തലയിൽ വച്ച്, പാതി നനഞ്ഞ് അച്ഛൻ വേലിക്കടുത്ത് ചെന്ന് വിളിക്കും. "ടേയ്.."

അത്രയും മതി.

അപ്പുറത്ത് വീടിന്റെ തട്ടിൽപുറത്തൊക്കെ ഒരാൾ വലിച്ചു കയറുന്നതിന്റെ ബഹളം കേൾക്കാം. പൊടി പിടിച്ചു കിടന്ന ഒരു വലയുമായി, വല്യച്ഛൻ ഇറങ്ങി വരും. എന്റച്ഛന് വീശാൻ നല്ല വശമില്ല. അതാണ് ഈ കൂട്ടുപിടിക്കുന്നത്. പൊടിയൊക്കെ തട്ടിക്കളഞ്ഞ്, പിന്നിലെ വയലിലൂടെ, എത്തും. വല്യച്ഛന്റെ മകനും ഒപ്പം കൂടും. ഞങ്ങൾ ഏതാണ്ടൊരു പ്രായമാണ്. റോഡുണ്ട്. എങ്കിലും ഞങ്ങളുടെ തോട്ടുവരമ്പിലൂടെയേ പോകൂ. അച്ഛന് വെള്ളവും വെള്ളത്തിന്റെ വരവുപോക്കും കാണണം. എന്റെ പുരയ്ക്ക് തൊട്ടുള്ള തോട്, എങ്ങോട്ട് ഏതിലേയാണ് സഞ്ചരിക്കുന്നതെന്ന ഭൂമിശാസ്ത്രപരമായ അറിവ് അങ്ങനെയാണ് കിട്ടുന്നത്. റോഡ് വഴി വളഞ്ഞു പോകേണ്ട കായലും കടലുമൊക്കെ വളരെ അടുത്താണെന്ന് മനസ്സിലായി.

ഞങ്ങളുടെ വയലിലെ വെള്ളത്തിന്മേൽ വാഴപ്പോളകളൊന്നുമില്ല. ആഫ്രിക്കൻ പായൽ പക്ഷേ, എനിക്കു മുമ്പു തന്നെ കേരളത്തിലെ വെള്ളത്തിൽ എല്ലായിടവും പ്രത്യക്ഷപ്പെട്ട് നിറഞ്ഞിരുന്നു. ഏതുഭീകര ജന്തുക്കളുടെയും കുഞ്ഞിന് സൗകുമാര്യം ഉണ്ടാകുമെന്നതു പോലെ, അതൊരു പുതിയ വെള്ളത്തിൽ ചെറുതായി പടർന്ന്, വളരുന്നത് കാണാൻ രസമാണ്. വെള്ളത്തിന് പച്ചപ്പ് കൊടുക്കുന്ന എണ്ണപ്പായലും പച്ച

പ്പൊട്ടു പോലിരിക്കുന്ന ചില പായലുമൊക്കെ ഒതുങ്ങിക്കൊടുക്കും. സൗകുമാര്യത പോയി, വെള്ളത്തിൽ ഇടുങ്ങി അരം പോലിരിക്കുന്ന പുറവുമായി, ആലിന്റെ വേരുകൾപോലെ ഞാന്നുകിടന്ന് വെള്ളത്തിലെ ഓക്സിജനെ ഊറ്റിത്തുടങ്ങും, ആഫ്രിക്കൻ പായൽ. വല്ലമുണ്ടാക്കി വെള്ളത്തിലൂടെ നടന്ന് സ്ഥിരമായി എടുത്തുമാറ്റണം. കരയിൽ കിടന്നുണങ്ങുന്നതല്ലാതെ നല്ല വളവുമല്ല. മുച്ചൂടും മുടിക്കാൻ ഒരിക്കലും പറ്റില്ല. എവിടെയെങ്കിലും ഒരു പച്ചപ്പൊട്ടു പോലെ കിടക്കും. ഉണങ്ങിക്കിടക്കവെ, ഒരു മഴ പെയ്ത് വെള്ളത്തിൽ വീണാലും കിളിർക്കും. ഇരട്ടിവാശിയിൽ പടരും.

ആ യാത്രയിൽ വലവീശാൻ പോയപ്പോഴാണ്, വലിയ തോടിന്റെ വിശാലതയിൽ പല തരം ജലജീവികളെ കണ്ടത്. കടുംപച്ചയിൽ കുടം പോലുള്ള ആവരണമുള്ള വലിയ വാഴപ്പോളകൾ. ഞാൻ രണ്ടു മൂന്നെണ്ണം എടുത്തു. "എന്തിനാ.." അച്ഛൻ ചോദിച്ചു. ഞാൻ പറഞ്ഞു. "നമ്മുടെ വയലിൽ കൊണ്ടിടാം."

"ചെവിത്തല അടിച്ചു ഞാൻ പൊട്ടിക്കും:" അച്ഛൻ പറഞ്ഞു.

ഞാൻ കളഞ്ഞു. പക്ഷേ, തോല്ക്കാൻ ഞാൻ ഒരുക്കമല്ലായിരുന്നു. അപ്പോഴാണ് ചെറിയൊരു പൂ പോലിരിക്കുന്ന പായൽ കണ്ടത്. വല്യച്ഛന്റെ മോനോട് ഞാൻ ചോദിച്ചു: "ഈ പായലേതാ." മുട്ടപ്പായലെന്നാണ് അയാൾ പറഞ്ഞത്. ഞാനത്, അച്ഛൻ കാണാതെ, രണ്ടു മൂന്നെണ്ണം എടുത്ത് ബാഗിലിട്ടു.

ഞങ്ങളുടെ വയലിൽ ഇട്ടു. രണ്ടു കൊല്ലം കൊണ്ട് അത് പല പല പച്ചപ്പൂക്കൾ പോലെ, തെരുതെരെ വെള്ളത്തിൽ പടർന്നു. ആഫ്രിക്കൻ പായലുമായി പോരടിക്കാനാവില്ലെങ്കിലും മോശക്കാരനല്ലായിരുന്നു. ഒരു ദിവസം, വല്ലം കൊണ്ട് പായലു വാരിക്കൊണ്ടിരുന്നപ്പോ അച്ഛൻ മുട്ടപ്പായലെടുത്ത് പൊക്കിയിട്ട് ഒരലർച്ച:

"എവിടുന്നെടാ ഇത്?"

ഞാൻ എനിക്കറിഞ്ഞൂടെന്ന് പറഞ്ഞു.

"കുറേയുണ്ടല്ലോ നിനക്ക് വാളിക്കൂട്ടുകാർ. വയലിൽ കിടന്ന് കളിക്കുന്നതൊക്കെ കൊള്ളാം. വല്ല പരലും പിടിച്ച് കളിച്ചിട്ട് സ്ഥലംവിട്ടേക്കാൻ പറയണം. വേറെവിടുന്ന് ഒരു പായലോ, ഇവിടെ വന്നു കേറുന്നതല്ലാത്തൊരു മീനിനെയോ ഇതിന്റകത്ത് കൊണ്ടിടരുത്. ഇത് മലമ്പനി പിടിക്കുന്ന പായലാ അറിയുമോ. ഇതിന്റെ വേരിലാ, ആ കൊതുകു മുട്ടയിടുന്നത്." ഞാൻ ഞെട്ടി. മിണ്ടിയില്ല. പല കാർഷികസംഘങ്ങളിലെ ഉദ്യോഗസ്ഥരുമായി അടുപ്പമുള്ളതുകൊണ്ടുമാകാം. ഇത്തരം കാര്യങ്ങളിൽ അച്ഛന് ധാരണയുണ്ടായിരുന്നു.

രാത്രിയിൽ വിളക്കത്തിരുന്ന് ഇടംകൈ കുത്തിയിരുന്ന് ചോറുണ്ടോണ്ടിരുന്ന അച്ഛൻ പറഞ്ഞു.

"പരവൂർ സംഘത്തിലെ സെക്രട്ടറിയെ കണ്ടാരുന്നു. അവിടെ ഒരു പാട് ഇംഗ്ലണ്ടിലൊക്കെ ഉള്ള ആൾക്കാരുണ്ടല്ലോ. അതിലാരാണ്ടും വയ

ലിൽ വെള്ളം കേറ്റി നിർത്തി , ആഫ്രിക്കയിൽ നിന്നുള്ള എരലിനെ(മുശി) കൊണ്ടിട്ട് വളർത്താൻ പോകുന്നെന്ന്.. ഈ നീളം, ഈ വണ്ണം." അച്ഛൻ ഇടംകൈ എടുത്ത് എച്ചിൽ കൈയുമായി ചേർത്ത് അത് വളരുന്ന നീളത്തെ സാദൃശ്യപ്പെടുത്തി. അച്ഛൻ തുടർന്നു: "വിത്ത് സംഘടിപ്പിക്കാം. പക്ഷേ, ഒരു പരലു പോലും പിന്നെ വളരത്തില്ല. അത് വിഴുങ്ങും."

അധിനിവേശം അങ്ങനെ പല മട്ടിൽ തുടങ്ങുകയായിരുന്നു.

ഞങ്ങളുടെ വയൽ പ്രദേശത്ത് ആദ്യമായി ചെമ്മണ്ണു കൊണ്ടിറക്കുന്നത് എനിക്കോർമ്മയുണ്ട്. മലമണ്ണെന്നാണ് പറയുന്നത്. കിഴക്ക് ജോലിയുണ്ടായിരുന്ന, ഒരാളുടെ വയലിലാണ്. അതിന് മുമ്പ് ഞാൻ ചിതലിനെ വ്യാപകമായി കണ്ട ഓർമ്മയില്ല. കടപ്പുറത്തെ പുതയുന്ന മഞ്ഞമണ്ണായതു കൊണ്ടും പശപ്പില്ലാതിരുന്നതു കൊണ്ടുമാകാം, അവിടെ ചിതലുകൾ കാര്യമായില്ലായിരുന്നത്.

പക്ഷേ, പിന്നെയുള്ള വർഷം പുതുമഴക്കാലത്ത് ഈയലുകൾ പറന്നു വന്നു. എനിക്കത് ഭയങ്കര അദ്ഭുതമായിരുന്നു. നാലു ചിറകുള്ള ചിതലുകൾ. നോക്കിയിരിക്കെ, അതിന്റെ ചിറക് സ്വയം അടർന്നു വീണു. സുതാര്യമായ ചിറക്. വിളക്കിന്റെ മുന്നിൽ വച്ച്, അതിലെ സൂക്ഷ്മമായ ഞരമ്പുകളെ നോക്കി ഞാനിരുന്നു. ചിത്രകഥകളൊക്കെ വായിക്കുന്നതു കൊണ്ട്, യുദ്ധം നടന്ന മണ്ണായിട്ടാണ് പിന്നീട് എനിക്കാ ചുവന്ന മണ്ണ് തോന്നുമായിരുന്നത്. ഓരോ കുഞ്ഞു അധിനിവേശങ്ങളും കൊണ്ടിറക്കലുകളും പുതിയ കാഴ്ചകൾ കൊണ്ടുവരും. നല്ലതും ചീത്തയുമായി.

വയലിൽ തെങ്ങു വന്ന ശേഷമുള്ള കാലത്തെ എനിക്കോർമ്മയുണ്ട്. ഒരു ദിവസം അച്ഛൻ അസ്വസ്ഥനാവുന്നു. ആൾപ്പൊക്കമായ തെങ്ങുകളാണ്. നോക്കിയപ്പോൾ തെങ്ങിനുള്ളിൽ നിന്ന് കാപ്പിപ്പൊടിനിറത്തിൽ കുറേ പൊടിയും അവശിഷ്ടവും. അച്ഛൻ പറഞ്ഞു. കുരുത്തോല തിന്നുന്നതാണ്. കൊമ്പൻചെല്ലി. മൂന്നര കൊല്ലം കൊണ്ട് കായ്ക്കുന്ന ദുർബ്ബലമായ തെങ്ങുകളിലേക്കുള്ള അധിനിവേശം.

രാത്രി അച്ഛൻ വന്നപ്പോൾ കൈയിൽ തുരുമ്പടിക്കാതിരിക്കാൻ പ്രൈമർ പുരട്ടിയ ഒരു നീളൻ കമ്പി. പപ്പടം കുത്തിയുടെ വലിയ മാതൃക. ചെല്ലികുത്തി.

പിറ്റേന്ന് തെങ്ങിന്റെ മടൽ മാറ്റി, നേരത്തെ അവശിഷ്ടം കണ്ട ദ്വാരത്തിലൂടെ ഒറ്റക്കുത്ത്. വലിച്ചെടുത്തപ്പോൾ, അതിൽ കോർത്ത്, ഒരു ഭയങ്കരൻ വണ്ട്. കൊമ്പും കാലുമൊക്കെയുണ്ട്.

പിന്നീടുള്ള കാലങ്ങളിൽ മറ്റൊരു കാഴ്ച കണ്ടു തുടങ്ങി. വെളുപ്പിന് അമ്മ തൂക്കാൻ ചൂലെടുക്കുമ്പോൾ തന്നെ, മൂന്നാലു കാക്കകൾ വരും. തൂക്കാത്ത ഭാഗങ്ങളിൽ മണ്ണ് ഇളകിയിരിക്കുന്ന സ്ഥലങ്ങളിൽ, അവ ചുണ്ടു കൊണ്ട് തുരന്ന്, കുണ്ടള(ചാണക)പ്പുഴുക്കളെ കുത്തിയെടുക്കും. അച്ഛൻ പറഞ്ഞു: "കുറച്ചൂടെ കഴിഞ്ഞ് തൂത്താൽ മതി. കാക്കകൾ തിന്നട്ടെ. കൊമ്പൻചെല്ലിയാകുന്നത് ഈ പുഴുക്കളാണ്." അമ്മ പറഞ്ഞു: "എനിക്ക് നേരമായി." ഞാനൊരു മൂച്ചിന് എടുത്തു തൂത്തു.

വടക്കേപ്പുറത്തേക്ക് ചപ്പിലകൾ വലിച്ചിടാൻ ചെന്നപ്പോൾ ഒരു കുളക്കോഴി പറന്നു. അവിടെ മൂന്നാലു പൊടി മുട്ടകൾ. തൂക്കുന്നത് നിർത്തി. അതു നോക്കി നിന്നു. പൊരിക്കാൻ നല്ലതാണ്. വേണ്ട. കോഴിമുട്ട ധാരാളമുണ്ട്. ആരോടും പറഞ്ഞില്ല. പിന്നങ്ങോട്ട് പോയില്ല. ശല്യമാകണ്ട.

അച്ഛന്റെ ഹോച്ചിമിൻ ഭവനത്തിന് എന്തു സംഭവിച്ചുവെന്നു കൂടി പറയാം. അത് 1999 വരെ അച്ഛൻ പിടിച്ചു നിർത്തി. പുതിയ വീടു വന്നു. ഹോച്ചിമിൻ ഭവനം, ഇനി വേണ്ടെന്ന് പൊതു നിലപാടുണ്ടായി. പിള്ളേരുടെ കല്യാണമൊക്കെ വരുകയാണെന്ന് അമ്മ പറഞ്ഞു. അതിന് ഇതിവിടെ നില്ക്കുന്നതിനെന്താ കുഴപ്പമെന്ന് അച്ഛൻ നിഷ്കളങ്കമായി ചോദിച്ചു. പിന്നെ മനസ്സില്ലാ മനസ്സോടെ, അച്ഛൻ ഹോച്ചിമിൻ ഭവനത്തിലെ ഉത്തരത്തിലെ ഓലയെല്ലാം സ്വയം കേറി ഒരു വാശി പോലെ, അറുത്തിട്ടു. അപ്പോൾ നമ്മുടെ വീട് മേൽക്കൂരയില്ലാതെ സൂര്യപ്രകാശം കൊണ്ട് തെളിമയുള്ളതായി. കരി പിടിച്ച കറിക്കലത്തിൽ തുടങ്ങി ആ വീട്ടിലെ ഓരോ ഇഞ്ചും വേറിട്ടൊരു ദിവ്യപ്രഭയിലായി.. ആകാശം നമ്മുടെ വീട്ടിൽ മുകളിൽ നീലനിറത്തിൽ കുട നിവർത്തി. ഒന്നോ രണ്ടോ എലിയോ പാറ്റയോ ഉള്ളത്, ഇറങ്ങിയോടുകയും എവിടുന്നെന്നില്ലാതെ പറമ്പിലുള്ള തടിയൻ ചേര പ്രത്യക്ഷപ്പെടുകയും എലിയുടെ പിന്നാലെ പായുകയും ചെയ്തു. ഇത് ആ വീടിന്റെ അവസാനത്തെ മുഹൂർത്തമാണ്. പഴയ കുട്ടികളുടെ കൗതുകം എനിക്കില്ല. എന്നോട് അന്ന് അവധിക്ക് വരാൻ പറഞ്ഞത്, ഇത് പൊളിക്കുന്നത് ഞാൻ കാണാൻ വേണ്ടിയായിരുന്നു. നടുവിലെ വലിയ കഴുക്കോൽ അച്ഛൻ തന്നെ ഇളക്കാൻ ശ്രമിച്ചു. സഹായിക്കാൻ ചെന്നപ്പോ വേണ്ടെന്ന് പറഞ്ഞു. ശേഷം കഴുക്കോൽ ഇറക്കി. പത്തിരുപതു കൊല്ലം ഞങ്ങൾ ആഹാരം കഴിച്ച സ്ഥലം. പത്തു പന്ത്രണ്ടു കൊല്ലം കിടന്നുറങ്ങിയ ഇടം. ശേഷം പലകകൾ ഒന്നൊന്നായി, തട്ടിയിളക്കി മാറ്റി. അപ്പോഴേക്കും ഞാനവിടുന്ന് സ്ഥലംവിട്ടിരുന്നു.

പിന്നീട് അവധിക്ക് വന്നപ്പോൾ, അച്ഛൻ സന്തുഷ്ടനായിരുന്നു. കൈയിൽ ഉള്ള കുറേ കടലാസ് സഹകരണസംഘങ്ങളുടെ ആപ്പീസാക്കി, ഹോച്ചിമിൻ ഭവനം ഇരുന്ന സ്ഥലത്തെ അച്ഛൻ മാറ്റിയിരുന്നു. ഒറ്റക്കട്ട വച്ച് ചുമരുണ്ടാക്കി, മനോഹരമായ ചുവന്ന ചായം പൂശി, ഭംഗിയായി ഔട്ട് ഹൗസാക്കി അതിനെ മാറ്റി. പക്ഷേ, വിചിത്രമെന്നു പറയട്ടെ, ഏറ്റവും മുകളിലത്തെ മൂന്നു വരിയിൽ, പഴയ ഹോച്ചിമിൻ ഭവനത്തിന്റെ പലകതന്നെ അടിച്ചിരിക്കുന്നു. ഇപ്പോഴത് വാടകയ്ക്ക് കൊടുത്തിരിക്കുകയാണ്. ഇന്നും ആ പലകകൾ അങ്ങനെ തന്നെയുണ്ട്.

ഒടുവിൽ നേരത്തെ പറഞ്ഞതു പോലെ അച്ഛൻ ഞങ്ങളുടെ തോട്ടിൽ തന്നെ ലയിച്ചു. അച്ഛന്റെ ഔട്ട്ഹൗസിൽ ഇപ്പോ താമസിക്കുന്ന വാടകക്കാർ, അടുത്തിടെ ചോദിച്ചു. പിറകെ, ആ വിറകുപുരയിൽ അടുക്കി വച്ചിരിക്കുന്ന പലക തരുമോ? എടുത്തോളാൻ പറഞ്ഞു. വൈകിട്ട് അവർ വന്നു പറഞ്ഞു: “അതെന്തൊരു തടിയാണ് ചേച്ചീ..”

“എന്താ?”

"നീല നിറത്തിലാ എരിയുന്നത്.."

കണ്ണീരു പോലെ ആദ്യമൊരു നീരിറങ്ങും. അത് നീലയാകും. പക്ഷേ, പിന്നെ നന്നായി കത്തുന്നുണ്ട്. എന്തോ എണ്ണ അതിലുണ്ട്.

അന്നാണ് അമ്മ പണ്ടെങ്ങോ അച്ഛൻ പറഞ്ഞത് ഓർത്തത്.

കാരിക്കുഴി വലിയ തോടിന്റെ കരയിൽ നിന്ന ഒരു എണ്ണവേങ്ങ മരമായിരുന്നു അച്ഛൻ വാങ്ങിച്ച് അറുപ്പിച്ചത്.

അവിടെയും തീർന്നില്ല.

അച്ഛന്റെ അടുത്തൊരു സിൽബന്ധി ആശാരിയുണ്ടായിരുന്നു. തിരുവനന്തപുരത്ത് ഞാൻ വീടു വച്ചപ്പോൾ, അവന് പണി കൊടുക്കണമെന്ന് പറഞ്ഞു. അങ്ങനെ മരപ്പണിയിൽ പാതി കൊല്ലത്തായി.

പിന്നെ ആ ആശാരി ഗൾഫിൽ പോയിട്ട് വന്നിട്ട് അടുത്തിടെ പറഞ്ഞു.

"നിന്റെ വീട്ടിൽ കുറച്ചു കാട്ടുതടി കേറിയിട്ടുണ്ട്. അത് വാങ്ങിക്കാൻ ഞങ്ങളങ്ങ് കുളത്തൂപ്പുഴ മുതലുള്ള വനംപ്രദേശങ്ങളിലെ കൂപ്പിലൊക്കെ കറങ്ങി. ഇരുപൂൾ മരമാണ് നിന്റെ വീട്ടിലെ കട്ടളകൾ. ഭയങ്കര വെയ്റ്റാ. പാറ പോലിരിക്കും. പണി ചെയ്ത് എന്റെ കൈ കുഴഞ്ഞു. പക്ഷേ, ഞങ്ങള് അതു വാങ്ങിക്കാനല്ല പോയത്."

"പിന്നേ?"

"എണ്ണവേങ്ങ."

"ഒരിടത്തും കിട്ടിയില്ല. ഒരിടത്തു നിന്ന് ചെറിയൊരു മരം. ഒരാൾ വാങ്ങിച്ചു പോയതിന്റെ ബാക്കി. കഷ്ടിച്ച് ഒരു കട്ടളയ്ക്കുണ്ടായിരുന്നത്. പക്ഷേ, അതു കിട്ടിയപ്പോ നിന്റച്ഛന് വലിയ സന്തോഷമായിരുന്നു. അത് നിങ്ങളുടെ വീട്ടിൽ ഉണ്ട്. പുറത്തല്ല, അകത്തേ ഇടാവൂ എന്ന് അണ്ണൻ പ്രത്യേകം പറഞ്ഞിരുന്നു. ചില കാര്യത്തില് അണ്ണന് പ്രാന്താ.. എന്നിട്ട് ആ മില്ല് മുതലാളീടടുത്തു ചോദിക്കുകയാ.. ഇത് തോട്ടിന്റെയോ ആറിന്റെയോ കരയീ നിന്ന വേങ്ങയാണോന്ന്. അയാൾക്കത് വല്ലതുമറിയുമോ. ഇതു കിട്ടിയതു തന്നെ കാര്യം."

അപ്പോഴും എനിക്ക് മനസ്സിലായില്ല; എന്റെ വീടിനകത്ത് കിടക്കുന്ന ഏത് കട്ടളയാണ് എണ്ണവേങ്ങയെന്ന്. ഞാനതിന് വല്യ ഗൗനം കൊടുത്തില്ലെന്നതാണ് സത്യം. അങ്ങു മറന്നും പോയി.

മൂന്നാലു കൊല്ലം കഴിഞ്ഞ് അടുത്തിടെ പെയിന്റടിക്കാറായപ്പോ, ഒരു പണിക്കാരൻ വന്നു പറഞ്ഞു. സാറേ, മുകളിലത്തെ ഒരു കട്ടിളയിലെ പെയിന്റ് ചുരണ്ടിയിളക്കാൻ വെള്ളം കോരിയൊഴിച്ചപ്പോ അതീന്ന് കൊഴുപ്പിറങ്ങുന്നു.

ഞാൻ ചെന്ന് കുറച്ചൂടെ വെള്ളമൊഴിച്ചു. മഞ്ഞ കലർന്ന കറുപ്പ് നിറത്തിൽ എണ്ണ ഒലിച്ചിറങ്ങുന്നു. അച്ഛന്റെ ഹോച്ചിമിൻ ഭവനത്തിന്റെ അടയാളവാക്യം പോലെ.

പെയിന്റടിക്കാരൊക്കെ പോയി. അടുത്തിടെ നോക്കിയപ്പോ ഒരു തുള്ളി എണ്ണ, അതിന്റെ പെയിന്റിന് പുറത്തു കൂടി ഇപ്പോഴും കനച്ചു നില്പ്പുണ്ട്. ഒരു മഞ്ഞ കണ്ണീർതുള്ളി പോലെ. നാടകീയതയ്ക്ക് പറയു

ന്നതല്ല. ഇപ്പോഴുമുണ്ട്. കാണാവുന്ന സത്യമായി.

വയലിന്റെ നടുവിലെ ഞങ്ങളുടെ ഹോച്ചിമിൻ ഭവനത്തിന്റെ ഒരു തുണ്ടു പലകക്കഷണംപറയുന്നു. ചാക്രികമാണെല്ലാം. മരം കൊണ്ടെന്നെ അച്ഛൻ പിന്തുടർന്ന പോലെ, പിന്നെ ജലമായിരുന്നു, എന്റെ പിറകെ കാത്തു നിന്നത്. അഥവാ, അത് സദാ പിറകെ തന്നെ ഉണ്ടായിരുന്നു.

തിരുവനന്തപുരത്തിന് തെക്ക്, പൊന്മുടിക്കടുത്തുള്ള കല്ലാർ എന്ന പുഴയുടെ തീരത്തുള്ള ഒരു ബന്ധുവീട്ടിൽ പോയപ്പോൾ, അവർ ചോദിച്ചു: “തോട്ടിലെ മീൻ കൂട്ടുമോ?” ഞാനൊന്നും പറഞ്ഞില്ല. കൊച്ചുമകന് വല്യ താല്പര്യമായി.

വലയെടുക്കാൻ ഞാൻ കൂടെ പോയി. പുഴയ്ക്ക് കുറുകെ വിരിച്ചു. വെള്ളത്തിനടിയിൽ പൂന്തിക്കിടക്കുന്ന ആരൽ മൂന്നാലെണ്ണം കിട്ടി. ആരലിന്റെ വിരലിനത്രയുമുള്ളതുമാത്രമേ ഞങ്ങളുടെ തോട്ടിലുണ്ടായിരുന്നുള്ളൂ. വലിയ തള്ള വന്ന് മുട്ടയിട്ടു പോവുകയായിരുന്നിരിക്കും പതിവ്. ചുണ്ടെലിയുടേതുപോലെ നീണ്ട മുഖവും, ദേഹത്ത് പുള്ളിപ്പുള്ളികളുമുള്ള സൗന്ദര്യമുള്ള മീൻ. വളർന്നപ്പോൾ കറുത്തിരിക്കുന്നു. വലയിൽ നിന്ന് എടുത്ത ഉടൻ, ബന്ധുപ്പയ്യൻ അതിന്റെ തല കല്ലെടുത്ത് പൊട്ടിച്ചു. ഞാൻ തിരിഞ്ഞു നിന്ന് കണ്ണടച്ചു. ആതിഥേയനായ ആ കംപ്യൂട്ടർ എഞ്ചിനീയർ പയ്യൻ പറഞ്ഞു: “ചേട്ടന് ശീലമില്ലാഞ്ഞിട്ടാണ്. ഇത് പെട്ടെന്ന് ചാകാത്ത മീനാണ്. തീരെ ചെറിയ തലച്ചോറുകളുള്ള ജീവിയാണ്. അതിന് വേദന കുറവായിരിക്കും.”

എന്തായാലും അന്ന് അതിനെ തിരികെ വീട്ടിൽ കൊണ്ടു വന്ന്, പൊരിച്ചപ്പോൾ കഴിച്ചില്ല. മോൻ ചോദിച്ചു: “അച്ഛൻ കടലിലെ മീൻ മാത്രമേ കഴിക്കുകയുള്ളോ?”

അവന്റെ തലയും തടവിയിരിക്കുമ്പോൾ ഓർത്തു; ജലചക്രത്തെക്കുറിച്ച്.

ഞാൻ വീടു വച്ച്, തിരുവനന്തപുരത്തെ പുതിയ വീട്ടിലേക്ക് മാറുമ്പോൾ, മകന് രണ്ടു വയസ്സായിരുന്നു. പണ്ട്, ഞാൻ വെള്ളത്തിന്റെ ലോകത്തിലേക്ക്, നനവിലേക്ക് വന്നിറങ്ങിയപ്പോഴും അതേ പ്രായം. അന്ന് എന്റെ അച്ഛൻ പോരാടി, ആ ജലത്തെ നിലനിർത്തി. ഞാൻ ബാക്കി കിടന്ന നനവിനെ ഒഴിവാക്കി.

നമ്മൾ മണ്ണിട്ടു മൂടിയ വെള്ളം എങ്ങോട്ടായിരിക്കും പോയിരിക്കുക? മുമ്പ് ഭീകരമായ വലിപ്പത്തിലുള്ള വയലായിരുന്നിടം ഇന്ന് ആയിരക്കണക്കിന് വീടുകളുടെ കേന്ദ്രമാണ്. വാട്ടർ സൈക്കിൾ അഥവാ, ജല ചക്രം പ്രകാരം, ഈ വെള്ളം ആഴങ്ങളിലൂടെ ഇപ്പോഴും ഒഴുകിക്കൊണ്ടിരിക്കുന്നുണ്ടാകും. പക്ഷേ, താങ്ങി നിർത്തുന്നതിനൊരു പരിധിയുണ്ട്.

മൂന്നു കൊല്ലം മുമ്പ്.

പെരുമഴ.

കുടപ്പനക്കുന്ന് ഭാഗത്ത് നിന്ന് ഡാം പൊട്ടിയൊലിക്കുന്നതു പോലെ മഴവെള്ളം ഇറക്കമിറങ്ങി വന്നു. ആകെയുള്ള വഴി മനുഷ്യനുണ്ടാക്കിയ

റോഡാണ്. അതിലെ കുത്തിപ്പാഞ്ഞു വന്നു. എങ്ങും മതിൽ കെട്ടുകളാണ്. വഴി മാറി പോകണമെന്നുണ്ട്. പക്ഷേ, എങ്ങോട്ടു പോകണമെന്ന് വെള്ളത്തിനറിഞ്ഞൂടാ. അഥവാ, ഭ്രാന്തൻ നായയെ പോലെ, തോന്നുന്നിടത്തെല്ലാം അത് ഒഴുകിപ്പാഞ്ഞു നടന്നു. മതിലുകൾക്കിടയിലൂടെയുള്ള വിടവുകളിലെയും, ഇടയ്ക്ക് ചില നടവരമ്പുകളിലൂടെ വെള്ളം ആർത്തലച്ചു വന്നു. എന്റെ വീടിന്റെ താഴ്ത്തിയിട്ടിരുന്ന ഭാഗം മുഴുവൻ വെള്ളത്തിനടിയിലായി. അതിന്റെ വശത്തു കൂടി ഒരു ചെറിയ തോട് ഒഴുകുന്നുണ്ട്. അത് രക്ഷയായി. വെള്ളം അങ്ങോട്ടു മറിഞ്ഞു. ആ തോട് നിലനിന്നത് എങ്ങനെയെന്ന് എനിക്ക് ഓർമ്മയുണ്ട്. എന്റെ വീടിന്റെ പിന്നിൽ കുറേ വില്ലകളുടെ കോളനിയാണ്. എന്നെപ്പോലെ തടം നിരത്തി, വെള്ളത്തെ ഒഴിപ്പിച്ച് നട്ട കോൺക്രീറ്റ് അറകൾ. അതിന്റെ നടുക്കു കൂടിയായിരുന്നു ഈ തോട്. തോട് നിലനിർത്തണമെന്ന് പറയാൻ ഒരാളേ ഉണ്ടായിരുന്നുള്ളൂ. ഒരു പ്രായം ചെന്ന അമ്മൂമ്മ. അവരാരെന്നോ എന്തെന്നോ ഇപ്പോഴും അറിയില്ല. അങ്ങനെയാണല്ലോ നമ്മുടെ നഗരജീവിതം. അവർ എന്നും വന്നു കിടന്ന് ബഹളം വയ്ക്കുന്നത് കേൾക്കുമായിരുന്നു. ആ തോട് തെളിക്കാതെ വില്ല കെട്ടാൻ പറ്റില്ലെന്ന് അവർ കട്ടായം പറഞ്ഞു. കാരണം ആ തോട് അടച്ചാൽ, അവർ വെള്ളത്തിൽ മുങ്ങും. താഴ്ന്ന വയലിലാണ് അവരുടെ വീട്. ഈ ബഹളങ്ങളൊക്കെ ചെറുതായെങ്കിലും ഞാൻ കേൾക്കുന്നുണ്ട്. സ്വതേയുള്ള ജാള്യതയെ, ഒരു പോമറേനിയൻ പട്ടിയെയെന്ന വിധം തടവിത്തടവി, നമ്മൾ ഇതിനുള്ളിൽ തന്നെ ഇരുന്നു. നമ്മളെ ബാധിക്കുന്നതല്ലല്ലോ. ഒരു തലമുറ കൊണ്ടു വന്ന വ്യത്യാസം! വെള്ളത്തെ മറന്നു പോയി. ഇപ്പോഴിതാ ഓർമ്മിപ്പിച്ചു കൊണ്ട്, അതെന്റെ മാളികയ്ക്കു ചുറ്റും നിന്ന് കൊട്ടുകയാണ്. അന്ന് കുടിലിന്റെ മുന്നിലായിരുന്നു വെള്ളത്തിന്റെ ജാലം. പക്ഷേ, തൊടാതെ കടക്കാൻ വഴിയുണ്ടായി.

പക്ഷേ, ജലം നമ്മെപ്പോലെയല്ല. സ്വയം തിരിച്ചറിയാൻ വിവേകമുണ്ട്. എന്റെ ഗേറ്റു വഴി കടന്നു, മുന്നിലെ ചെറിയ റോഡിലൂടെ വെള്ളത്തിന്റെ കരങ്ങൾ ഉരുണ്ടു. അതതിന്റെ വഴി കണ്ടെത്തി. ഇനിയെന്റെ വീട് സുരക്ഷിതം. ഇനി വെള്ളത്തിന്റെ ക്രൂരമായ ആനന്ദങ്ങളിൽ പങ്കുചേരാം.

ഞാൻ മകനെയും വിളിച്ച് റോഡിലേക്കിറങ്ങി. അവന് നെഞ്ചൊപ്പം വെള്ളമുണ്ട്. അടുത്തുള്ള കുളത്തിൽ പോയി, അവനത്യാവശ്യം നീന്തൽ പഠിച്ചിട്ടുണ്ട്. അവൻ വെള്ളത്തിൽ നീന്തിക്കാണിച്ചു. മഴ തുടരുന്നുണ്ട്. ദേഹമൊക്കെ നനഞ്ഞു. അതുവരെ എന്റെ മനസ്സിൽ കിടക്കുന്ന പല അസ്വസ്ഥതകളും ആ വെള്ളത്തിൽ കളിയിൽ, സോപ്പ് അലിഞ്ഞു തീരുന്നതു പോലെ തീരുകയാണ്. നമ്മളെന്തെന്ന തിരിച്ചറിവ്, വെള്ളത്തിലിറങ്ങി നനയുമ്പോഴാണ് കിട്ടുന്നത്. അതാണ് ഈ ആനന്ദം. അപ്പോൾ എതിരെ വന്നൊരു പരിചയക്കാരൻ പറഞ്ഞു: "നിങ്ങള് കേറിപ്പോ. ദാ അപ്പുറത്ത് ഒരു അച്ഛനും മോനും കൂടി ഒഴുകിപ്പോയി."

അത്ര ഗൗരവമായി എടുത്തില്ല.

വൈകിട്ട് ഓഫിസിൽ ചെല്ലുമ്പോൾ (പത്രത്തിലാണ് എനിക്ക് ജോലി) ഒരു വാർത്ത, വെള്ളവിരി പുതച്ചു കാത്തു കിടക്കുന്നു: ഒരു അച്ഛനും മകനും ഒലിച്ചു പോയി. മകൻ മുങ്ങിമരിച്ചു. അച്ഛനെ കിട്ടിയിട്ടില്ല. ഞങ്ങൾ കളിച്ചു കൊണ്ടിരുന്നിടത്തു നിന്നുള്ള വെള്ളം ഒഴുകിയെത്തി, കഷ്ടിച്ച് ഒരു കിലോമീറ്റർ കടക്കുമ്പോൾ അതൊരു വലിയ തോടാകും. അതിൽ വീണതാണ്. നാലു കിലോമീറ്റർ അപ്പുറത്തു നിന്നാണ് അച്ഛനെ കിട്ടിയത്; ജീവനില്ലാതെ.

എന്തൊക്കെയാണ് ജീവിതത്തിന്റെ അർത്ഥങ്ങൾ?

ജലചക്രംപോലെ തന്നെയാണ് ജീവിതവും. ചാക്രികമായി ഒഴുകുന്നു.

പിറ്റേന്ന് വെള്ളം വറ്റിയപ്പോൾ, എന്റെ വീടിന് മുന്നിലെ ടാർ ചെയ്തിട്ടില്ലാത്ത നനഞ്ഞ റോഡിന്റെ മൂലയ്ക്ക് മൂന്നാലു പിള്ളേരുടെ ബഹളം. നോക്കിയപ്പോൾ ഒരു മുഷി. ആ ഭാഗങ്ങളിൽ ടാങ്കിലിട്ട് ആഫ്രിക്കൻ മുഷിയെ വളർത്തുന്ന ചിലരുണ്ട്. അവിടുന്ന് ചാടിയതാകണം. അപ്പുറത്തെ കുളത്തിലേക്ക് ഇഴയുകയാണ്. അസാമാന്യ വലിപ്പം. നാടൻ ഇനമെന്ന് തോന്നുന്നില്ല. എസ് ആകൃതിയിൽ പുളഞ്ഞ്, ഇടയ്ക്ക് വീണ്ടും വാ തുറന്ന് അന്തരീക്ഷവായു ശ്വസിച്ച്, ശൽക്കങ്ങളില്ലാത്ത, ഉഭയജീവിതമുള്ള, ജൈവവൈവിദ്ധ്യത്തിന്റെ നാശമെഴുതാനുള്ള ആ അടയാളം നനവിലേക്ക് ഇഴയുകയാണ്. വൈരാഗ്യം തോന്നേണ്ട. നമ്മളും സ്വയം ഇതുപോലെ ജൈവികനാശത്തിന് രൂപാന്തരപ്പെട്ടൊരു ജീവിയല്ലേ?

9 789386 364036

Printed by Libri Plureos GmbH in Hamburg,
Germany